PERIPLUS

Pocket
VIETNAMESE
Dictionary

Compiled by
**Giuong Van Phan &
Benjamin Wilkinson**

PERIPLUS

Published by Periplus Editions (HK) Ltd.

Copyright © 2003 Periplus Editions

All rights reserved. No part of this publication may be reproduced or utilized in any form or by any means, electronic or mechanical, including photocopying, recording, or by any information storage and retrieval system, without prior written permission from the publisher.

With acknowledgments to Vu Quoc Tuan

ISBN: 0-7946-0044-1

Printed in Singapore

Distributed by:

Asia-Pacific
Berkeley Books Pte Ltd
130 Joo Seng Road, 06-01/03
Singapore 368357
Tel: (65) 6280 1330; Fax: (65) 6280 6290
Email: inquiries@periplus.com.sg

Japan
Tuttle Publishing
Yaekari Building, 3F
5-4-12 Osaki, Shinagawa-ku
Tokyo 141-0032, Japan
Tel: (03) 5437 0171; Fax: (03) 5437 0755
Email: tuttle-sales@gol.com

North America, Latin America & Europe
Tuttle Publishing
364 Innovation Drive
North Clarendon, VT 05759-9436, USA
Tel: (802) 773 8930; Fax: (802) 773 6993
Email: info@tuttlepublishing.com
www.tuttlepublishing.com

Indonesia
PT Java Books Indonesia
Jl. Kelapa Gading Kirana
Blok A14 No. 17, Jakarta 14240, Indonesia
Tel: 62 (21) 451 5351; Fax: 62 (21) 453 4987
Email: cs@javabooks.co.id

10 09 08 07 06 05 04
8 7 6 5 4 3 2

Contents

Introduction

This Pocket Dictionary is an indispensable companion for visitors to Vietnam and for anyone in the early stages of learning Vietnamese. It contains all the 3,000 or so Vietnamese words that are most commonly encountered in colloquial, everyday speech.

For the sake of clarity, only the common Vietnamese equivalents for each English word have been given. When an English word has more than one possible meaning, with different Vietnamese equivalents, each meaning is listed separately, with a clear explanatory gloss. The layout is clear and accessible, with none of the abbreviations and dense nests of entries typical of many small dictionaries.

Vietnamese is the official language of Vietnam (the Socialist Republic of Vietnam) and is also used in neighboring regions of Cambodia and Laos and by substantial expatriate communities. It has over 70 million speakers. Centuries of close cultural contact and linguistic influence have obscured the question of whether it is fundamentally related to Cambodian and the Mon language of Thailand and Burma, or to Lao and Thai.

From around the beginning of the Common Era until the 10th century Vietnam was politically and culturally dominated by China, and the earliest form of the Vietnamese writing system, dating from the 9th century CE, was borrowed from Chinese. From the 13th century it evolved into a distinctive form adapted to the representation of Vietnamese by the addition of phonetic markers, but this system was never very widely used.

The current form of written Vietnamese was developed in the 17th century by French Jesuit missionaries. It was further refined in the 18th and 19th centuries and became widely known and used during the period of French colonization after 1864. Since liberation from Japanese occupation in 1945 and especially since the reunification of North and South Vietnam in 1976 it has become an important symbol of national pride under the name of *quoc ngu* ('national language').

Like Thai and Chinese, Vietnamese is a tonal language. There are three major dialects – Northern, Southern, and Central – which differ quite markedly in pronunciation, although they are generally mutually intelligible. The northern dialect distinguishes between six tones, the Southern between five, and the Central only four. The standard system of writing, followed in this dictionary, distinguishes between all six tones by means of diacritical marks written over the vowels (or no mark in the case of the mid level tone). For further details, please see the separate section on pronunciation.

Grammatically Vietnamese is relatively simple: words are not inflected for number or tense, and the usual word order is similar to that of English, with the exception that all attributive adjectives have to be placed after the noun they modify.

Notes

1. The Vietnamese alphabetical order used in this dictionary is as follows:

a, ă, â, b, c, d, đ, e, ê, g, h, i, k, l, m, n, o, ô, ơ, p, q, r, s, t, u, ư, v, x, y

2. The order of the tones is as follows:

(a) no tone, e.g. **ma**

(b) low-falling, e.g. **mà**

(c) low-rising, e.g. **mả**

(d) high-broken, e.g. **mã**

(e) high-rising, e.g. **má**

(f) low-broken, e.g. **mạ**

3. Words in brackets ( ) are used to clarify or explain the meaning of the word, e.g. **đón rước** to receive (someone).

4. The numbers (1), (2) after Vietnamese entries indicates words of the same form but different meanings, e.g. **ba (1)** father, **ba (2)** three.

Pronunciation

The Vietnamese alphabet has 29 letters: a, ă, â, b, c, d, đ, e, ê, g, h, i, k, l, m, n, o, ô, ơ, p, q, r, s, t, u, ư, v, x, y.

Vietnamese consonants are written as a single letter or a cluster of two or three letters, as follows: b, c, ch, d, đ, g, gh, gi, h, k, kh, l, m, n, ng, ngh, nh, p, ph, qu, r, s, t, th, tr, v, x.

The vowels in Vietnamese are the following: a, ă, â, e, ê, i/y, o, ô, ơ, u, ư. Vowels can also be grouped together to form a cluster.

The following tables of the vowels and consonants are in Vietnamese pronunciation with the English equivalent.

Vowels

Vietnamese	English	Example	Meaning
a	father	ba	three
ă	hat	ăn	to eat
â	but	âm	sound
e	bet	em	younger brother/sister
ê	may	đêm	night
i/y	me	kim	needle
o	law	lo	to worry
ô	no	cô	aunt
ơ	fur	bơ	butter
u	too	ngu	stupid
ư	uh-uh	thư	letter

Consonants

Vietnamese	English	Example	Meaning
b	**book**	**b**út	pen
c, k	**can**	**c**á	fish
		kem	ice-cream
qu	**qu**een	**qu**ý	precious
ch	**ch**ore	**ch**o	to give
d, g (before i)	**z**ero	**d**a	skin
		gì	what
đ	**d**o	**đ**i	to go
g, gh	**g**o	**g**a	railway station
		ghe	boat
h	**h**at	**h**ai	two
kh	(no real English equivalent)	**kh**ông	no
l	**l**ot	**l**àm	to do
m	**m**e; hi**m**	**m**ai	tomorrow
n	**n**ot; i**n**	**n**am	south
ng, ngh	si**ng**er	**ng**on	delicious
		nghe	to hear
nh	ca**ny**on	**nh**o	grape
ph	**ph**one	**ph**ải	right
r	**r**un	**r**a	to go out
s	**sh**ow	**s**ữa	milk
t	**t**op	**t**ốt	good
th	**th**in	**th**ăm	to visit
tr	en**tr**y	**tr**ên	on/above
v	**v**ery	**v**à	and
x	**s**ee	**x**a	far

Tones

The standard Vietnamese language has six tones. Each tone is a meaningful and integral part of the syllable. Every syllable must have a tone. The tones are indicated in conventional Vietnamese spelling by marks placed over (à, ả, ã, á) or under (ạ) single vowels or the vowel in a cluster that bears the main stress.

Vietnamese name	Tone mark	Tone	Description	Example	Meaning
không dấu	none	mid-level	Voice starts at middle of normal speaking range and remains at that level	**ma**	ghost
huyền	à	low-falling	Voice starts fairly low and gradually falls	**mà**	but
hỏi	ả	low-rising	Voice falls initially, then rises slightly	**mả**	tomb
ngã	ã	high-broken	Voice rises slightly, is cut off abruptly, then rises sharply again	**mã**	horse
sắc	á	high-rising	Voice starts high and rises sharply	**má**	cheek
nặng	ạ	low-broken	Voice falls, then cuts off abruptly	**mạ**	rice seedling

Vietnamese–English

A

a dua to imitate slavishly
a lô hello (on the telephone)
a xít acid
ạ yes, sir; yes, madam
ác wicked, cruel
ác cảm dislike, antipathy, ill feeling
ác miệng foul-mouthed
ác mộng nightmare
ác quỷ demon
ách yoke
ai who, whom
ái ân to make love
ái quốc patriotic
ái tình love; passion
am hiểu to be well-informed
ám ảnh to haunt, to obsess
ám chỉ to hint, to allude to
ám muội shady, dubious
ám sát to assassinate, murder
an nhàn leisurely
an ninh secure; security
an ủi to console, condone
án mạng murder
án treo suspended sentence
anh older brother; darling (term a wife/lover calls her husband/lover); you (addressing a young man)
anh đào cherry
anh hùng hero; heroic
ảnh image, photograph
ảnh hưởng influence, effect
ánh sáng light (n)
ao pond
ảo thuật juggling
áo top (piece of clothing covering the upper part of the body)
áo choàng overcoat; gown
áo mưa raincoat
áp bức to oppress, tyrannize
áp dụng to apply, put into practice
áp lực pressure
áp suất pressure (force)

áy náy (feel) uneasy, (feel) bad
ắc quy battery
ẵm to carry (a baby) in one's arms
ăn to eat, to feed on
ăn bám to sponge on
ăn cắp to steal
ăn chơi to overindulge oneself
ăn cướp to rob; robber
ăn hại to be a parasite
ăn hiếp to bully
ăn mừng to celebrate
ăn nằm to make love
ăn năn to repent
ăn nói to express oneself verbally
ăn ở to be accommodated
ăn trộm to burgle; burglar, thief
ăn xin to beg; beggar
ăng ten aerial, antenna
âm (1) yin, negative
âm (2) sound
âm dương yin and yang
âm đạo vagina
âm hộ vulva
âm lịch lunar calendar
âm mưu plot, scheme; to plot, scheme
âm thanh sound
âm thầm silent
ấm; ấm áp warm
ẩm damp
ẩm ướt wet
ẩm thấp humid
ân hận to feel regretful
ân huệ favor
ân nhân benefactor, savior
ân xá amnesty; to grant amnesty
Âu châu Europe
ấy that

B

ba (1) father, daddy, dad
ba (2) three
ba hoa boastful

VIETNAMESE—ENGLISH

B

ba láp nonsensical
ba lô knapsack, backpack
ba mươi thirty
bà grandmother; Mrs; Madam; lady; woman; you (used for addressing a woman)
bà con relatives
bà phước; bà xơ Catholic nun
bác uncle (father's older brother)
bác sĩ doctor (of medicine)
bạc silver
bạc hà mint, peppermint
bách khoa polytechnic; encyclopaedic
bài lesson; article; card (game)
bài học lesson
bài làm task; exercise
bài trừ to abolish
bãi biển beach
bại; bại liệt paralysed; crippled
bàn (1) table; desk
bàn (2) to discuss
bàn chân foot
bàn giấy desk
bàn phím keyboard
bàn tay hand
bản doanh headquarters
bản địa native
bản đồ map
bản quyền copyright
bản thân self, oneself
bán to sell
bán đảo peninsula
bán kết semi-final
bán kính radius
bán tự động semi-automatic
bạn friend
bạn bè friends
bang giao international relations
bảng board; blackboard/whiteboard
banh ball (game)
bành trướng to expand
bánh cake; all types of cake; cookies
bánh (xe) wheel
bánh lái steering wheel
bao bag; to cover
bao gồm to include
bao tay glove; mitten

bao tử stomach
bao vây to surround, encircle
bào ngư abalone
bào thai foetus
bảo to tell, say
bảo đảm to ensure; to guarantee
bảo hành to give a warranty; to be given a warranty
bảo hiểm to insure; to be insured; insurance
bảo lãnh to sponsor
bảo quản to maintain, preserve; maintenance
bảo tàng viện museum
bảo thủ to be conservative
bảo tồn to conserve
bảo vệ to protect, defend; guard; guardianship; protection
bão storm; cyclone
báo newspaper, magazine
báo cáo to report; report
báo chí press (in general)
báo động to be alert; alarm
bay to fly
bay hơi to evaporate
bày biện to arrange, display
bảy seven
bắc North
Bắc cực North Pole
băm to mince, chop finely
bắn to shoot
băng (1) ice; ribbon, tape, band
băng (2) to go across (a road)
băng; băng bó to dress a wound
băng sơn iceberg
bằng (1) to be equal to
bằng (2) license; qualifications
bằng cấp qualifications
bằng cớ evidence, proof
bằng lòng content, agreeable
bắp corn
bắp cải cabbage
bắp thịt muscle
bắt to catch; to arrest
bắt buộc to compel; to be forced to
bắt chước to imitate
bắt cóc to kidnap
bắt đầu to begin, start
bắt tay to shake hands

VIETNAMESE—ENGLISH

bắt thăm to draw lots
bậc step, rung (of a ladder); grade, rank
bầm to be bruised
bẩm sinh innate, inborn
bấm to press
bần tiện mean; ignoble
bẩn dirty
bận to put on, wear
bận; bận bịu; bận rộn busy
bất bạo động non-violent
bất đồng different, dissimilar
bất động motionless
bất động sản real estate
bất hợp pháp illegal
bất kể irrespective of; regardless of
bất lịch sự impolite, rude
bất lợi unfavorable; disadvantaged
bất lực powerless; impotent
bất lương dishonest
bất mãn discontented with
bất ngờ suddenly; unexpected
bất tỉnh unconscious
bật lửa cigarette lighter
bầu to elect
bầu cử election
bây giờ now
bậy wrong
bẻ to break
bé small, little, tiny
bê tông concrete
bề mặt surface
bế mạc to close, end
bên side
bến tàu wharf
bệnh disease; illness
bệnh nhân patient
bệnh viện hospital
bếp kitchen; cooking stove
bi marble (toy); ball (in ball bearings)
bi da billiards
bì thư envelop
bí pumpkin
bí mật secret
bia beer
bìa cover (of a book)
biên bản report; minutes

biên giới frontier, border
biên soạn to compile; to write
biển (1) signboard; poster; plate
biển (2) sea
biến to change into
biến cố event
biến đổi to change, alter
biếng nhác lazy
biết to know, realize
biết điều reasonable, sensible
biết ơn thankful, grateful
biệt thự villa
biểu lộ to reveal
biểu ngữ banner
biểu quyết to vote
biểu tình to demonstrate; to take to the streets
biểu tượng symbol
biểu to give something as a gift
binh lính troops
bình vase, pot
bình đẳng equal (legally)
bình luận to comment on
bình minh dawn
bình thường ordinary; normal
bình tĩnh calm, cool
bình yên safe and sound
bò (1) ox, cow
bò (2) to crawl, creep
bỏ (1) to put, place
bỏ (2) to throw away, abandon
bóc to peel; to take off
bóc lột to exploit
bói to tell someone's fortune
bom bomb
bong bóng balloon
bỏng burned, scalding
bóng shadow, shade
bóng bàn table tennis
bóng bầu dục rugby
bóng chuyền volleyball
bóng đá soccer
bóng rổ basketball
bóp to crush with the fingers; to press with the hands
bóp méo to distort
bọt foam, froth
bồ câu pigeon
bồ tát bodhisattva
bổ nutritious, nourishing

VIETNAMESE—ENGLISH

B

bổ ích useful, helpful
bổ nhiệm to appoint, designate
bố father, daddy, dad
bộ (1) set of items
bộ (2) government department
bộ điệu bearing, carriage
bộ hành pedestrian
bộ lạc tribe
bộ máy apparatus, machine
bộ mặt face, look, air
bộ môn subject
bộ phận part (of a machine)
bộ trưởng minister (of a government department)
bôi to apply in a thin layer
bội thực indigestion
bồn hoa flower bed
bổn phận duty; obligation
bốn four
bông cotton; cotton-wool
bồng to carry in one's arms
bốt boot
bơ butter
bơ vơ lonely, desolate
bơi to swim
bởi vì because
bởi vậy therefore
bơm to pump
bớt to diminish, reduce; to discount
búa hammer
bục platform; dais
bụi bush; dust
bùn mud
bún rice vermicelli
bùng nổ to break out
bụng belly
buộc to bind, tie
buộc tội to accuse, charge
buồm sail
buồn sad
búp bê doll
bút pen
bút bi ballpoint pen
bút chì pencil
bút máy fountain pen
Bụt Buddha
bự big
bữa meal
bực mình upset

bưng to carry
bước to step; to march
bướm bướm butterfly
bướng obstinate, stubborn
bưu điện post office
bưu kiện parcel
bưu thiếp postcard

C

ca (1) mug
ca (2) shift (of work)
ca (3) to sing
ca dao folk song
ca khúc song
ca kịch opera
ca nô motor boat
ca ri curry
cà eggplant
cà chua tomato
cà lăm to stammer
cà phê coffee
cà ri curry
cà rốt carrot
cà vạt tie (clothes)
cả (1) eldest; senior; main
cả (2) whole, all, entire
cá fish
cá heo dolphin
cá thể individual
cách way, manner
cách biệt to separate; to be very different from
cách mạng revolution
cai (1) foreman
cai (2) to give up (an addiction); to wean
cai trị to rule
cài to pin; to fasten
cải bắp cabbage
cải cách to reform
cải tạo to improve; to re-educate
cải thiện to improve
cải tiến to improve
cải tổ to reshuffle, reorganize
cãi to argue
cãi lộn to quarrel
cái (1) female (used for animals, plants)
cái (2) the (used for objects)

VIETNAMESE—ENGLISH

C

cam orange
cam đoan to guarantee
cảm to have flu
cảm lạnh to catch a cold
cảm giác sensation
cảm hứng inspiration
cảm ơn to thank
cảm phục to admire
cảm thông to sympathize with, be understanding
cảm tưởng impression
cám dỗ to seduce
cạm bẫy trap
can to advise against, dissuade from doing
can đảm courageous
cản to prevent, stop, bar
cán (1) handle, staff
cán (2) to run over
cán bộ cadre
cán cân balance
cán cân thương mại balance of trade
cạn to become dry; to become empty; to be out of; shallow
càng ... càng the -er ... the -er
cảng port, harbor
canh (1) soup
canh (2) be watchful; to keep an eye on
cành branch, twig
cảnh sight; scenery, landscape
cảnh cáo to warn
cảnh sát police; police officer
cảnh tượng sight
cánh wing
cánh tay arm
cạnh edge; side
cạnh tranh to compete; competition
cao high, tall
cao cấp high-ranking, advanced
cao quý noble
cao su rubber
cao tuổi to be elderly
cào to rake; rake
cào cào locust
cáo fox
cáo phó death notice
cáo từ to leave

cạo to shave; to scrape
cát sand
cay hot (chili)
cày to plow
cằm chin
cắm to pitch, set up, plant
căn bản basis; basic
căn cứ to base on; base
căn dặn to recommend
căn hộ flat, apartment
cắn to bite
căng to stretch, strain; taut, tense
căng thẳng stressed; stress
cẳng leg
cặp (1) school bag; briefcase
cặp (2) pair, couple
cặp nhiệt to take the temperature (of a patient)
cắt to cut
cắt nghĩa to explain, interpret
câm mute, dumb
cầm to hold
cầm đầu to be the ring leader of
cầm quyền to be in power
cẩm nang manual, handbook
cẩm thạch marble (stone)
cấm to forbid, prohibit, ban
cân to weigh; to balance
cân bằng to balance, equilibrate; balance, equilibrium
cân đối well-proportioned; symmetrical
cân nhắc to consider carefully
cần (1) to need
cần (2) shaft, rod
cần câu fishing rod
cần thiết necessary, indispensable
cẩn thận careful
cận thị short-sighted, myopic
cấp (1) rank, level, class; grade; quality
cấp (2) to grant; to issue
cấp bậc rank, class; hierarchy
cấp cứu emergency
cấp tiến radical
cập nhật up-to-date
cất to lift, raise; to build (a house); to put away, store
cất cánh to take off (airplane)
cật kidney

VIETNAMESE—ENGLISH

C

câu sentence (writing); to fish
câu đố riddle
câu lạc bộ club
cầu (1) bridge
cầu (2) to pray for
cầu chì fuse
cầu cứu to entreat help
cầu lông badminton
cầu may to try one's luck
cầu nguyện to pray
cầu tàu pier, quay
cầu thang staircase
cầu thủ players (of soccer, rugby…)
cầu tuột slide (in playground)
cẩu thả careless
cậu uncle (mother's brother)
cây tree; plant
cây cỏ vegetation
cha father
cha mẹ parents
chai (1) bottle
chai (2) callous; callousness
chải to brush, comb
chán to be bored, fed up with
chán nản to be disheartened, dispirited
chanh lemon
chào to greet; to salute
chào đón to welcome; to greet warmly
chào đời to be born
cháo congee, gruel
cháu (1) nephew; niece
cháu (2) grandchildren
chay vegetarian; abstaining from meat
chảy (1) to flow
chảy (2) to melt, thaw
cháy to burn; to be set on fire
chạy to run
chạy đua to race
chắc; chắc chắn solid, stable, firm, secure
chăm; chăm chỉ assiduous, diligent
chăm chú concentrating
chăm nom to care for, take care of
chăn blanket
chẳng bao giờ never
chặt to cut off, fell, chop

châm cứu acupuncture
chấm (1) dot, point; full stop
chấm (2) to mark (a school assignment)
chấm dứt to end, come to an end
chậm slow
chậm tiến under-developed, backward
chân leg
chân dung portrait
chân tay limbs
chân trời horizon
chấp thuận to approve, accept
chất béo lipid
chất dẻo plastic
chất đạm protein
chất nổ explosive
chật tight, narrow; crammed, cramped
chậu pot; basin
che chở to protect
che giấu to hide, conceal
chè (1) tea (term used in the north)
chè (2) sweetened porridge
chén small bowl
chèo to row; to paddle
chép to copy
chê to comment negatively; to speak scornfully
chế độ regime; system
chế giễu to ridicule
chế tạo to manufacture
chết to die; dead
chết đuối to be drowned
chi nhánh branch (office)
chi phí expenditure
chi tiết detail
chi tiêu to spend
chì lead (metal)
chỉ (1) thread, yarn
chỉ (2) to point out, show, denote
chỉ (3) only, just
chỉ dẫn to instruct, direct
chỉ định to appoint, assign
chỉ huy to command, conduct, direct
chỉ trích to criticize
chị elder sister; you (used for addressing a young woman)

VIETNAMESE—ENGLISH

chia to divide, share
chìa khoá key
chích (1) to sting
chích (2) to inject
chiếm to occupy; appropriate
chiên to fry
chiến lược strategy
chiến sĩ soldier; fighter
chiến thắng to win victory over; triumph over
chiến tranh war; warfare
chiều afternoon
chiều chuộng to pamper
chiếu to project; to radiate
chim bird
chìm to sink
chín (1) to ripen; to be cooked
chín (2) nine
chinh phục to conquer
chính main, major
chính khách politician
chính nghĩa justice
chính phủ government
chính quyền state power, regime, administration
chính sách policy
chính thức official
chính trị politics
chính xác accurate
chịu đựng to endure
chịu khó to take pains to
chịu tang to be in mourning
cho (1) to give; to donate; to allow (to do something)
cho (2) to, for
cho nên therefore, hence
chó dog
chó sói wolf
choáng váng dizzy, giddy
chọn to choose, select
chóng mặt dizzy
chót last, final
chỗ place, space, seat
chổi broom
chối to deny
chôm chôm rambutan
chôn to bury
chồng husband
chống (1) to prop; to lean on a prop

chống (2) to oppose, resist
chống đối to oppose
chốt to bolt; bolt
chờ to wait for
chở to carry, transport
chớ do not
chợ market
chợ đen black market
chợ trời flea market
chơi to play
chớp lightning
chợt suddenly
chu kỳ cycle, frequency
chu vi circumference
chủ owner, proprietor; master; employer; boss
chủ bút editor-in-chief
chủ đề theme, subject
chủ hôn person presiding over a wedding
chủ nghĩa doctrine, -ism
chủ nhân owner
chủ nhật Sunday
chủ nhiệm chairperson; director; head
chủ nợ creditor
chủ quyền sovereignty
chủ thầu contractor
chủ tịch president; chairperson; speaker
chủ tọa to chair, preside; chairperson
chủ yếu essential
chú uncle (father's younger brother)
chú ý to pay attention to
chua sour
chùa buddhist temple, pagoda
chúa God, Lord
chuẩn bị to prepare, make ready
chuẩn y to approve
chúc to wish
chúc mừng to congratulate
chúc thư will; testament
chục ten
chùi to wipe; to scrape off
chùm cluster, bunch
chung common
chung kết final

VIETNAMESE—ENGLISH

C

chung quanh around, surrounding
chung thủy loyal, faithful
chủng tộc race
chúng they, them
chúng mình; chúng ta; chúng tôi
  we, us
chuộc to redeem
chuôi handle, hilt
chuỗi string
chuối banana
chuông bell; buzzer
chuồng stable; cage
chuột rat; mouse
chụp to snatch; to photograph
chụp ảnh; chụp hình to take
  a photo; to pose for a photo
chút a little
chút đỉnh a little bit
chuyên specialized in, expert in
chuyên cần diligent, industrious
chuyên chở to transport
chuyên gia specialist, expert
chuyên khoa specialty
chuyên môn expertise
chuyên nghiệp professional
chuyên viên expert
chuyền to pass (from … to…)
chuyển to move, transfer, shift
chuyển giao to hand over
chuyển ngữ to translate
chuyển tiền to remit; remittance
chuyển tiếp transition
chuyện story, tale
chữ word; written language
chữ cái letters of the alphabet
chữ nhật rectangle; rectangular
chữ thập cross
chưa not yet
chưa bao giờ never
chừa to give up
chửa pregnant
chữa to treat; to cure; to correct
chứa to contain, hold
chức năng function
chức vụ position
chửi to swear, call names
chưng to display
chưng cất to distill
chừng about, roughly
  (estimating)

chừng nào when
chứng chỉ certificate
chứng cớ proof, evidence
chứng khoán securities; stocks
  and shares
chứng kiến to witness
chứng minh nhân dân identity
  card
chứng nhân witness
chứng nhận to certify; certificate
chứng tỏ to prove, denote
chương chapter
chương trình program
chướng ngại vật obstacle,
  barricade
co to shrink
co giãn elastic; stretch (fabric)
cò stork
cỏ grass
có (1) to have; there is/are
có (2) yes (answering to a Yes/
  No question)
có chửa to be pregnant
có của wealthy
có hiếu to show filial piety
có học educated
có ích useful
có khi sometimes
có lẽ perhaps, maybe
có lí reasonable, rational
có mặt to be present
có thể to be able; to be possible
có vẻ to seem, appear, look
cọ brush
cóc toad
cọc stake, pale, picket
coi to see; to watch; to read
coi chừng to beware of
coi thường to think lightly of
com pa compasses
con (1) child
con (2) a, an, the (used for
  animals)
con gái girl; daughter
con ngươi pupil (of the eye)
con tin hostage
con trai boy; son
còn still; there is/are still…
còn lại to remain, be left
cong bent, curved

VIETNAMESE—ENGLISH

C

cõng to carry on one's back
cọp tiger
cô aunt; miss, Ms; Madam; you (used for addressing a young woman)
cô độc lonely, solitary
cô đơn alone
cô giáo female teacher
cổ (1) neck
cổ (2) ancient
cổ điển classical
cổ động to campaign for
cổ họng throat
cổ hủ outdated
cổ kính ancient
cổ phần share (on stock market)
cổ võ to encourage
cổ xưa ancient
cố late, deceased
cố định fixed
cố gắng to try very hard, strive
cố tình intentional, deliberate
cố vấn to advise; adviser
cố ý intentional, on purpose
côn đồ hooligan
côn trùng insect
công (1) peacock
công (2) credit, kudos
công (3) public
công an police, security service
công bằng just, fair, impartial
công bố to proclaim, announce
công chúa princess
công chúng public, masses
công chức public servant
công cộng public
công cụ tool, instrument, medium
công dân citizen
công dụng use, function
công đoàn trade union
Công giáo Catholicism; catholic
công hiệu efficacious, effective
công khai public, open
công luận public opinion
công nghệ technology
công nghiệp industry
công nghiệp hoá to industrialize
công trình project; monument
công trường construction site
công ty company, firm

công việc work, business
công viên park
công xưởng workshop
cồng kềnh cumbersome
cổng gate
cống rãnh sewage
cộng to add up
cộng đồng community
cộng hoà republic
cộng sản communist; communism
cộng tác to cooperate, collaborate
cột (1) pillar, column
cột (2) to tie, bind
cột sống spine, backbone
cơ muscle
cơ bản basic, fundamental
cơ cấu structure
cơ chế mechanism
cơ hội opportunity, chance; opportunistic
cơ khí mechanical
cơ nghiệp assets, fortune
cơ quan organ (of the body); office, department (of an administration)
cơ sở base, basis, foundation
cơ thể human body
cờ (1) flag, banner
cờ (2) chess
cờ bạc gambling
cỡ (1) size, caliber
cỡ (2) approximately, roughly
cởi to untie; to take off
cơm cooked rice
củ underground tuber; bulb
cũ old (not new)
cú owl
cú pháp syntax
cụ title for old people
cụ thể concrete
cua crab
của (1) property, belongings
của (2) to belong to
của anh, chị, ông, bà you, your, yours
của cải wealth, property
của họ, chúng their, theirs
của tôi my, mine
cúc button (for clothing)
cục small lump, piece (of something hard)

VIETNAMESE—ENGLISH

C

cùi chỏ; cùi tay elbow
củi firewood
cúi to bow, stoop
cúm influenza
cùn blunt (not sharp)
cung (1) bow
cung (2) palace
cung cấp to supply
cung điện royal palace
cung kính deferential, respectful
cùng (1) same; together
cùng (2) extremity, end, limit
cùng nhau together
củng cố to consolidate
cũng also
cúng to worship; to donate
  something
  to a religious organization
cuốc hoe
cuộc đời life
cuộc sống existence
cuối; cuối cùng last, final
cuốn (1) to roll, roll up; a roll
  of something
cuốn (2) book; copy
cư dân inhabitant
cư trú to reside
cư xử to deal with
cử (1) to lift
cử (2) to appoint, designate
cử chỉ gesture
cử động to move; movement,
  motion
cử nhân bachelor (university
  qualification)
cử tri voter
cưa to saw; saw (tool)
cửa door, entrance
cửa hàng; cửa hiệu shop, store
cửa mình vulva
cửa sổ window
cực miserable, hard (of living)
cứng hard (not soft), strong
cước toll, charge (telephone);
  carriage
cước chú footnote
cước phí fare; charge; carriage
cười to laugh; to laugh at,
  ridicule
cưỡi to ride

cưới to marry
cương quyết firm, determined
cương vị position, status
cường quốc power nation
cường thịnh strong and
  prosperous
cường tráng able-bodied
cưỡng bức; cưỡng ép to force,
  coerce, compel
cưỡng hiếp to rape
cướp to rob, plunder
cướp biển pirate
cứt excrement, shit
cừu sheep; lamb; mutton
cứu to save, rescue, salvage
cứu chữa to save
cứu giúp to give relief to
cứu hỏa to fight against fire; fire
  service
cứu thương to give first aid
cứu trợ to relieve, give relief to
cựu ex-, former
cựu chiến binh war veteran

D

da skin, hide; leather
dã man savage
dã thú wild beasts
dạ yes (respectful)
dạ dày stomach
dạ hội evening party
dai (1) tough (meat)
dai (2) persistent
dài long, lengthy
dài hạn long-term
dại; dại dột foolish
dan díu to have an affair
dàn hoà to mediate, reconcile
dàn xếp to settle, organize
dáng figure, appearance
dáng điệu gait and gestures
danh ca famous singer
danh dự honor; honorable
danh mục list
danh nhân famous personality
danh sách list of names
danh tiếng fame; famed, famous,
  renowned
danh từ noun

VIETNAMESE—ENGLISH

dành to save, put aside
dao knife
dao cạo razor
dao găm dagger
dạo (1) to stroll
dạo (2) to play a prelude
dày thick, dense
dãy row, line, range
dạy to teach, educate, train
dăm a few; some
dặn to recommend
dắt to lead
dẫn dắt to guide
dâm dục lust, sexual indulgence; lustful, lewd
dâm ô obscene
dân citizen; inhabitant
dân ca folk song
dân chài fisher
dân chủ democracy; democratic
dân chủ hoá to democratize
dân chúng the people, the masses
dân cư population, inhabitants
dân số population
dân tộc nation; race; ethnic group
dần dà; dần dần gradual; gradually
dẫn to conduct, guide, lead
dẫn chứng to cite, quote
dẫn dắt to guide, conduct
dẫn đầu to take the lead
dâng (1) to rise; to run high
dâng (2) to offer respectfully
dâu (1) strawberry
dâu (2) bride; daughter-in-law
dầu oil
dầu hoả; dầu lửa kerosene
dấu chấm full stop, dot
dấu chấm hỏi question mark
dấu chấm phảy semicolon
dấu hai chấm colon
dấu hiệu sign, indication, symptom
dấu ngoặc đơn parentheses
dấu ngoặc kép quotation marks
dấu nối hyphen
dấu phảy comma
dấu than exclamation mark
dấu vết trace

dây cord, string; cable, wire; line
dây chuyền chain; line
dây điện electric wire, power cord
dây lưng belt
dây xích chain
dậy to wake up
dậy thì pubescent
dẻo malleable, plastic, flexible
dẻo dai enduring; resilient
dẹp to clear, move aside
dẹp; dẹt flat
dê goat; satyr
dễ chịu comfortable, easy, pleasant
dễ dãi easy-going
dễ ghét abominable; unpleasant
dễ nghe palatable; reasonable
dễ thương agreeable, amiable, likeable
dễ tính easy-going, easy to please
dế cricket
dệt to weave
di chúc will, testament
di chuyển to move
di cư to migrate
di dân migrant
di động mobile
di sản legacy, inheritance
di tản to evacuate
di tích vestiges, traces
di truyền hereditary
dì aunt (mother's sister)
dì ghẻ stepmother (second wife of one's widowed father)
dĩ nhiên of course
dĩ vãng past
dí dỏm humorous, witty
dị đoan superstitious; superstition
dị thường extraordinary, unusual
dị ứng allergy; allergic
dịch (1) to translate
dịch (2) epidemic
dịch hạch bubonic plague
dịch tả cholera
dịch thuật to translate
diêm match
diễn to act, perform
diễn đàn rostrum, platform, forum

VIETNAMESE—ENGLISH

D

diễn đạt to express
diễn giải to expound
diễn tả to describe; description
diễn văn speech; talk
diễn viên actor
diện mạo face, looks
diện tích area
diệt to exterminate, eliminate, wipe out
diều kite
dìm to dip
dinh official residence; mansion
dinh dưỡng to nourish; nourishment; nutrition
dính to stick, be sticky; to be involved with
dịp occasion
dịu soft, mild
dịu dàng sweet, soft
dịu hiền gentle
do because of, by; through; due to
do dự to hesitate, waver
do đó consequently, hence
do thám to spy
dò to fathom
dọa to threaten, warn, intimidate
doanh số turnover
dọc lengthwise, along
dòm to peep, pry
dọn to clear, tidy up, put in order
dòng flow; stream; line
dòng dõi lineage, descent
dốc steep; slope
dồi dào profuse, plentiful
dỗi to sulk
dối to deceive; deceitful, lying
dội to reverberate, echo
dông; dông tố storm, thunderstorm
dốt ignorant, thick-headed
dơ; dơ bẩn dirty
dở bad, inadequate
dở dang unfinished, incomplete, inconclusive
dỡ to dismantle; to unload
dơi bat (animal)
dời to move, transfer
du dương harmonious (sound)
du đãng hooligan, hoodlum

du học to study overseas
du lịch to tour, go on a tour; tourism
du nhập to import (culture)
dù (1) umbrella; parasol; parachute
dù (2) though, although; however; whether
dụ; dụ dỗ to entice, lure
dục vọng desire, passion, lust
dung hoà to conciliate, reconcile
dung tích capacity
dùng to use; to eat, drink
dũng cảm valiant, dauntless
dụng cụ tool, instrument
dụng ý intention, meaning
duy nhất unique
duy trì to maintain, preserve
duy vật materialist, materialistic
duyên charm (beauty)
duyên dáng charming, graceful
duyệt to review; to approve, ratify
dư luận public opinion
dữ cruel, ferocious; evil
dữ kiện; dữ liệu data
dự to attend, participate
dự án project, draft
dự báo to forecast
dự định to intend, plan
dự đoán to foresee, forecast
dự thi to sit for an examination
dưa melon
dưa chuột cucumber
dưa hấu watermelon
dừa coconut
dứa pineapple
dựa to lean against; to depend on
dừng to stop, come to a halt
dược khoa pharmacy (subject)
dược phẩm pharmaceuticals
dược sĩ pharmacist
dưới below, under
dương cầm piano
dương lịch solar calendar
dương vật penis
dường như to seem
dượt to rehearse
dứt to come to an end

VIETNAMESE—ENGLISH

Đ

da cảm sentimental
da mưu wily, cunning
da nghi suspicious
da số majority
da tình amorous
dà (1) beam
dà (2) impetus, momentum
dà điểu ostrich
dả kích to criticize
dã already (particle expressing the past tense)
dã vậy in that case; all the same
dá (1) to kick
dá (2) stone, rock
dá lửa flint
dá vôi limestone
dài thọ to cover the cost
dãi to entertain; to pay for (meal, outing)
dái to urinate
dái dầm to be a bed-wetter
dái đường diabetes
dại biểu representative, delegate
dại diện to represent; representative
dại dương ocean
dại hội festival
dại lộ boulevard, avenue
dại lục continent
dại lượng generous; quantity
dại quy mô large-scale
dại số; dại số học algebra
dại sứ ambassador
dại sứ quán embassy
dại tiện to excrete
dại từ pronoun
dại ý gist
dàm luận to discuss, debate
dàm phán to negotiate, hold diplomatic talks
dàm thoại to converse
dám cháy fire
dám cưới wedding, marriage ceremony
dám ma; dám tang funeral
dan to knit
dàn (1) herd, flock, gaggle

dàn (2) musical instrument; to play an instrument
dàn áp to suppress
dàn bà woman; the female sex
dàn hồi elastic
dàn ông man; the male sex
dạn bullet, cartridge, shell
dang (particle expressing action at the moment of speaking)
dàng hoàng dignified, serious; comfortable
dảng party (political)
dảng viên party member
dãng trí absent-minded
dáng giá worthy
dáng kể considerable, noticeable
dánh to beat, strike, hit
dánh bạc to gamble
dánh bài to play cards
dánh bại to defeat
dánh bẫy to set a trap, set a snare
dánh cá to catch fish (with a net); fishing
dánh cá; dánh cuộc to bet (in a competition)
dánh dấu to mark
dánh đòn to cane; to whip
dánh giá to evaluate; to appreciate; evaluation, assessment
dánh hỏng to fail (a candidate at an examination)
dánh lộn to engage in a fight
dánh máy to type
dánh phấn to powder (make-up)
dánh rắm to break wind
dánh thuế to levy taxes
dánh thức to wake (someone) up
dánh vần to spell
dào (1) peach
dào (2) to dig
dào tạo to form; to train; training
dào thải to eliminate
dảo chính to stage a coup d'état; coup d'état, putsch
dảo ngược to reverse, turn upside down
dạo religion
dạo Chúa Christianity; Christian
dạo diễn to direct (film)

13

VIETNAMESE—ENGLISH

D

đạo đức virtuous, moral
đạo Hồi Islam; Islamic
đạo Phật Buddhism; Buddhist
đạo luật act (law)
đạo lý morality
đáp (1) to answer
đáp (2) to land, touch down
đáp ứng to meet (demand), satisfy
đạp to push away with one's foot; to pedal
đạt to attain, achieve
đau to hurt, feel a pain; to be ill; pain
đau khổ suffering
đày to exile
đày đọa to oppress, humiliate
đáy bottom
đắc cử to be elected
đặc condensed, thick, solid
đặc ân favor
đặc biệt special
đặc điểm characteristics
đặc quyền privilege
đặc thù particular, specific
đặc tính characteristics
đắm to sink (ship)
đẵn to fell, cut (tree)
đắn đo to weigh the pros and cons
đăng to publish (in a newspaper/magazine)
đăng ký to register
đăng ten lace
đắng bitter (taste)
đắp to cover oneself (with a blanket/covering)
đắt expensive; selling well
đặt to put, place, set
đặt hàng to place an order
đặt tên to name
đâm to stab
đâm vào to crash into
đậm strong (drink); dark (color)
đần độn dull, stupid
đập to strike, bang, beat
đập vỡ to break, smash
đất earth; soil, land
đất liền mainland
đất nước homeland

đất sét clay
đâu where (used in questions)
đầu head; tip, end (thing); beginning (fact)
đầu cơ to speculate
đầu đề title, heading, headline
đầu độc to poison
đầu hàng to surrender
đầu máy engine, locomotive
đầu óc mind
đầu phiếu to vote, go to the polls
đầu tiên first
đầu tóc head of hair
đầu tư to invest; investment
đấu to compete; to fight
đấu giá auction
đấu thủ opponent, adversary
đấu tranh to struggle, fight; struggle, fighting
đậu (1) bean, pea
đậu (2) to park, stop, anchor
đậu (3) to pass an exam; graduate
đậu mùa smallpox
đậu nành soy bean
đậu xanh green bean
đây here; this
đầy full
đầy bụng undigested
đầy hơi flatulent
đẩy to push
đấy there; that
đậy to cover (with a lid)
de dọa to threaten, intimidate
đè to press down, keep down
đẻ to give birth to
đẻ non to be born prematurely
đem to bring along
đen black
đen tối gloomy, evil
đèn pin torch (flashlight)
đèn pha headlight
deo to wear (something that dangles)
đèo mountain pass
đẹp beautiful, attractive, pretty
đẹp trai handsome
đê (1) dyke
đê (2) thimble
đê hèn base, mean

VIETNAMESE—ENGLISH

14

đề án program, scheme
đề cao to promote; think highly of
đề cử to nominate, recommend
đề nghị to propose, suggest
đề phòng to prevent
đề tài subject, topic
đề tựa preface
đề xướng to initiate
để to put, place
để dành to save, spare
để tang to be in mourning for
để ý to pay attention to, take notice of
đế quốc empire; imperialist
đệ trình to submit
đêm night
đếm to count
đền temple
đền bù to compensate for
đến to come, arrive
đều even, regular
đều đều monotonous
đều nhau equal, similar, even
đểu tricky, treacherous
đi to go, leave
đi bộ to walk
đi cầu to go to stool
đi ngủ to go to bed
đi phép to be on leave
đi thi to sit for an exam
đi tu to join a religious order
đi tuần to go on a patrol
đi vắng to be away
đĩ prostitute
đĩ thoã promiscuous, wanton
đỉa leech
đĩa plate, dish
đĩa hát disk (music)
đĩa CD-ROM CD-ROM
địa bàn field of action, area
địa cầu globe, earth
địa chỉ address
địa chủ landowner
địa danh placename
địa lý geography
địa ngục hell
địa ốc real estate
địa phương region; local, regional
địa vị position; social status

đích aim, target, goal, finish line
đích thân in person
địch enemy, foe
địch thủ adversary, opponent
điếc deaf
điềm đạm composed, cool-headed
điềm tĩnh calm, composed
điểm mark (for an assignment)
điểm danh to call the roll
điểm tâm breakfast
điếm prostitute
điên mad, insane
điên rồ foolish
điền to fill in; to fill out
điền kinh athletics
điện (1) electricity; electric, electrical
điện (2) shrine, palace
điện ảnh cinematography
điện năng electric power
điện thoại to telephone; telephone
điện thoại di động cell phone, mobile phone
điêu khắc sculpture
điêu khắc gia sculptor
điêu luyện proficient, skillful
điều fact, event, occurrence, happening
điều chế to make up, concoct
điều chỉnh to correct, adjust
điều dưỡng to treat and help convalesce
điều đình to negotiate
điều độ moderation; moderate
điều hành manage, handle; executive, managing
điều khiển to direct, control; operate, drive, ride
điều kiện condition, term
điều lệ regulation, rule
điều tra to investigate; investigation, survey
điều trị to treat (a disease); treatment
điệu melody
điệu bộ carriage, bearing, posture
đinh nail
đinh ghim pin
đinh ninh to be sure

VIETNAMESE—ENGLISH

VIETNAMESE—ENGLISH

Đ

đinh ốc screw
đinh tán rivet
đình communal temple
đình chỉ to suspend
đình chiến truce, ceasefire
đình công to strike
đính chính to correct; corrigendum
đính hôn to be engaged (to be married)
định to intend, plan
định cư to settle down
định kỳ periodic
định luật law (of nature)
định mệnh destiny, fate
định nghĩa to define; definition
đít buttocks, bottom
do to measure, fathom
đò boat, ferry
đỏ red
đỏ mặt to blush
đó that; there, over there
đoàn delegation; corps; convoy
đoàn kết to unite
đoàn thể social organization
đoàn tụ to reunite
đoán to guess; to predict, foresee
đoạt to appropriate, dispossess
đọc to read
đòi to cry for; to claim; to ask
đói hungry, starved
đòn bẩy lever
đón to welcome; to pick up (someone)
đón rước to receive (someone)
đóng to close, shut; shut, closed
đóng góp to contribute; contribution
đô thị city; urban area
đô vật wrestler
đồ thing, stuff
đồ chơi toy, plaything
đồ dùng utensil, appliance
đồ nghề tools
đồ thị graph
đổ to spill; to collapse, fall; to fill (a liquid)
đổ máu to shed blood
đố to defy, dare
độ degree

độ lượng kind, generous
đốc thúc to urge
độc poisonous
độc ác wicked
độc giả reader (of newspaper, magazine)
độc lập independent; independence
độc tài dictatorial; dictator
độc thân single
đôi pair
đôi khi sometimes; now and then
đổi to exchange, change
đổi mới to reform, innovate
đối diện to face
đối thoại dialog
đối thủ opponent, competitor
đội team
đồn (1) to rumor
đồn (2) fort, bastion
đồn điền plantation
đông (1) east, eastern
đông (2) winter
đông (3) dense, crowded
đông đúc dense, crowded
Đông Nam Á South-East Asia
đông y oriental medicine
đồng (1) copper
đồng (2) field
đồng bằng plain, delta
đồng hoá to assimilate
đồng hồ clock, watch
đồng hương fellow citizen
đồng minh allied; ally
đồng nghiệp colleague, co-worker
đồng phục uniform
đồng quê countryside
đồng thời simultaneously, concurrently
đồng trinh virgin
đồng ý to agree
đống heap, stack
động cave
động cơ engine, motor
động đất earthquake
động mạch artery
động từ verb
động vật animal

đốt (1) to sting, bite
đốt (2) to burn; to set fire to
đột ngột suddenly
đời life; generation
đời đời forever
đời sống life
đợi to wait for
đơn application, petition
đơn giản simple
đơn chiếc single
đu to swing
đu đủ pawpaw, payaya
đủ sufficient, enough
đua to compete; to race
đũa chopsticks
đùi thigh
đúng correct, right
đúng giờ punctual
đúng lúc timely
đụng to bump into, collide with
đuốc torch
đuôi tail
đuổi to chase
đút lót to bribe
đưa to hand, give
đức tính virtue
đực male (not used for people)
đừng do not; should not
đứng to stand
đứng đắn serious, serious-minded
đựng to contain, hold
đương nhiên naturally
đường (1) road, street; route
đường (2) sugar
đường bộ by land
đường hàng không by air
đường thủy by sea

E

e lệ shy, bashful, coy
e thẹn shy
em younger brother or sister
én swift (bird)
eo waist
eo biển strait
ép to press, squeeze; to force, compel
ế to be in little demand, not sold easily

ếch frog
êm harmonious (sound); smooth
êm ái sweet, melodious
êm ấm harmonious (relationship)
êm tai pleasant to the ear

G

ga railroad station
gà chicken
gà tây turkey
gả to marry off
gác to guard
gác chuông belfry
gạc antler
gạch brick
gạch bỏ cross-out
gạch dưới underline
gạch men enamel tile
gạch nối hyphen
gai thorn, prickle
gãi to scratch (an itch)
gái female
gái điểm prostitute
gan (1) liver
gan (2) courageous
gán to ascribe, attribute
ganh đua to vie, compete
ganh tỵ to envy
gạo rice (uncooked)
gạo nếp sticky rice (uncooked)
gạt to deceive, cheat
gãy to break, snap
gặm to gnaw, nibble
gắn to attach
găng tay glove
gắng to strive for
gặp to meet, come across, run into
gặt to reap, harvest
gầm (1) space under a bed/car/bridge
gầm (2) to roar
gân sinew, tendon; vein
gần near, close to
gần đây nearby
gấp to fold up
gấp rút pressing, urgent
gật to nod in assent

VIETNAMESE—ENGLISH

G

gật dầu to nod
gấu bear
gây lộn to quarrel
gây mê to anaesthetize
gầy thin
ghe boat, junk
ghen jealous
ghen tỵ to envy
ghép to join; graft
ghét to hate, dislike
ghế chair, seat
ghế bành armchair
ghế dài bench
ghế đẩu stool
ghi to note down, record
ghi âm to record; tape
ghi nhớ to bear in mind
ghi tên to enrol, register
ghiền to be addicted to
gì what, whatever
gia dụng for domestic use
gia đình family
gia hạn to extend (a deadline)
gia phả genealogy
gia súc domestic animals
gia tài heritage, legacy
gia tăng to increase
gia vị spices
già old (age); elderly
giả false, fake
giả bộ to pretend
giả dối false, dishonest
giả mạo fake
giả thuyết hypothesis
giả vờ to pretend, feign
giá (1) price, cost; value, worth
giá (2) bean sprout
giá (3) shelf, rack
giá trị value, worth
giác quan sense
giai cấp social class
giai đoạn stage, period
giải độc to detoxicate
giải khát to refresh oneself with drinks
giải lao to have a break, rest
giải nghĩa to explain
giải pháp solution
giải phóng to liberate
giải quyết to solve, settle

giải tán to dissolve, break up
giải thể to disband
giải thích to explain
giải thoát to free, release
giải thưởng prize, award
giải trí to entertain, amuse
giam to put in jail
giảm to reduce, decline, diminish
giám đốc director
giám hộ guardian
giám khảo examiner
giám mục bishop
giám sát to supervise
giám thị invigilator, overseer
gian fraudulent, deceitful, shifty
gian ác dishonest and cruel
gian dối dishonest
gian lận to cheat, defraud; cheating
gian thương dishonest trader, businessperson
giản dị simple, plain
giãn to stretch, dilate
gián cockroach
gián điệp spy, secret agent
gián đoạn interrupted, discontinued
gián tiếp indirect
giảng to explain
giảng dạy to teach
giảng đường lecture hall
giảng hoà to mediate
giảng viên lecturer
giao cấu to have sexual intercourse, to mate
giao dịch to contact, communicate; transaction, deal
giao hẹn to make a deal
giao lộ crossroads
giao thời transitional
giáo chủ leader of a cult, religion
giáo dân believer (in a religion)
giáo dục to educate, bring up; education
giáo điều dogma
giáo đường church
giáo hoàng pope
giáo hội church; congregation
giáo sĩ missionary; professor

VIETNAMESE—ENGLISH

H

giáo viên primary and secondary teacher

giàu; giàu có rich, wealthy, well-off

giày shoe

giày dép footwear

giày ống boot

giặc rebel, aggressor, enemy

giặt to wash (clothes)

giấc mộng; giấc mơ dream

giấm vinegar

giận angry, sulky

giận dữ infuriated, furious

giấu giếm to hide, conceal

giây second (of time)

giấy paper

giấy bạc banknote

giấy chứng minh identity card

giấy chứng nhận certificate

giấy nháp drafting paper

giấy phép permit

giấy than carbon paper

giấy thông hành passport

giấy vệ sinh toilet paper

giẻ lau cloth, duster

gieo to sow

giẹp flat

giếng well

giết to kill

giễu to make fun of; to jeer at

giỏ basket

gió wind

giỏi well-done, skilled, skilful, fluent in, good at

giòn brittle, crispy

giọng voice, pitch, accent

giọt drop

giỗ anniversary of death

giống (1) race; gender, sex

giống (2) to resemble; to look alike, similar

giơ to raise, lift up

giờ hour

giới hạn to limit; limit

giới thiệu to introduce; introduction

giới từ preposition

giũa to file (one's nails); file (tool)

giục to urge, prod

giun worm, earthworm

giun sán parasitical worm

giúp to help, assist

giúp đỡ to help

giữ to guard, preserve; to keep, hold

giữ trẻ to baby-sit

giữa between, in the middle of

giường bed

gõ to knock (at the door); to strike

goá widowed

góc angle; corner

gói to wrap, pack; package

gọi to call

gọn; gọn gàng neat, tidy

gọng frame (of glasses)

góp to contribute, pool

gót heel

gọt to peel (with a knife)

gồ ghề bumpy

gỗ wood, timber

gốc base, foundation; bottom (of a tree), root, stump

gối pillow

gội to wash (one's hair)

gồm to consist of

gôn goal (in soccer); golf (sport)

gởi, gửi to send

gởi xe to park

gừng ginger

gươm sword

gương mirror

gương mặt facial expression

gương mẫu model, exemplary

gượng reluctantly

H

hà tiện stingy, miserly

hả (tag question word used to ask for confirmation)

há to open wide (one's mouth)

hạ to lower; to defeat, beat

hạ cánh to land (airplane)

hạ mình to condescend

hạ nghị viện; hạ viện Lower House, House of Representatives

hách dịch imperious

hai two

hai chấm colon

hài hước humorous

VIETNAMESE—ENGLISH

H

hài lòng pleased, satisfied
hải cảng seaport
hải cẩu seal
hải đăng lighthouse
hải ngoại overseas
hải phận territorial waters
hải quan customs
hải quân naval forces
hải sản sea product
hái to pick (fruit, flowers, leaves)
hại to harm, damage
ham to be greedily fond of; greedy
ham mê to be keen on
ham muốn to long for
ham thích to be very fond of
hàm răng denture
hãm hiếp to rape
hàn to weld
Hán tự Chinese characters
Hán văn Chinese language and literature
hạn hán drought
hạn chế to limit, restrict
hạn định to set a limit
hang grotto, cave, burrow
hàng line, row
hàng; hàng hoá goods, commodity
hàng không mẫu hạm aircraft carrier
hàng rào fence, hedge
hàng xóm neighbor
hãng firm, company
hạng class, grade, category
hành onion
hành chính administration; administrative
hành động to act; action
hành hạ to maltreat, abuse
hành hung to attack (other people)
hành hương to go on a pilgrimage
hành khách passenger
hành lang corridor
hành lý luggage
hành tinh planet
hành vi deed, behavior
hãnh diện proud; to take pride in
hạnh kiểm behavior, conduct
hạnh phúc happy; happiness

hao phí to waste
hào hoa generous
hảo hạng high-grade, top quality
hạp to agree with, to go well with
hát to sing
hạt seed, pip, stone
hạt giống seed (for planting)
hàu oyster
hay (1) or; whether
hay (2) often, frequently
hay (3) interesting, good
hãy (particle for making a suggestion or recommendation)
hăm dọa to intimidate
hẳn surely
hắn he, him
hăng hái ardent, enthusiastic
hằng usually, regularly
hắt hơi to sneeze
hâm to reheat (food)
hâm mộ to admire
hầm (1) underground shelter, cellar
hầm (2) to stew
hầm mỏ mine
hân hạnh honor
hân hoan greatly pleased
hấp to steam
hấp dẫn to attract; attractive
hấp hối to be about to die
hấp thụ to absorb, take in
hầu to wait upon, attend upon
hầu hạ to serve, attend
hầu hết almost, nearly
hậu môn anus
hậu quả consequence, aftermath
hậu thuẫn to support, back
hẻm lane, alley
hèn hạ mean, base, despicable
hèn nhát cowardly; coward
hẹn to make an appointment
heo pig
héo to wither, wilt
hẹp narrow
hẹp hòi narrow-minded
hét to shout
hề clown, jester
hệ thống system
hệ thống hoá systemize
hệ trọng important

VIETNAMESE—ENGLISH

hên lucky
hết to end, finish
hỉ to blow (one's nose)
hiếm rare, scarce
hiền good-natured
hiến to donate; to offer
hiến chương charter
hiến pháp constitution
hiện diện present, attending
hiện đại modern
hiện đại hoá to modernize
hiện nay nowadays, at the present time
hiện tại at present
hiện tượng phenomenon
hiệp định agreement
hiệp hội association
hiệp sĩ knight
hiệp ước treaty
hiểu to understand, grasp
hiểu lầm to misunderstand
hiếu kỳ inquisitive, curious
hiệu sign, signal
hiệu lực effect; effective
hiệu quả result, effect
hiệu trưởng headmaster, principal
hình ảnh image
hình dáng stature, figure
hình dạng form, shape
hình học geometry
hình như it seems
hình phạt punishment, penalty
hình thành to form, take shape
hình thức form
hít to inhale, breathe in
ho to cough
ho lao tuberculosis
họ (1) family line; line of descent; surname
họ (2) they, them
họ hàng relation, relatives
hoa flower
hoa hậu beauty queen
hoa hồng commission (money)
hoa quả various fruits
hoa tiêu pilot (ship)
hoà (1) to break even; to draw (sport)
hoà (2) to dissolve

hoà bình peace; peaceful
hoà nhã amiable, affable
hoá táng to cremate
hoá tiễn rocket, missile
hoá xa railway; train
hoá chất chemicals
hoá đơn invoice, bill
hoá học chemistry
hoạ sĩ artist, painter
hoài nghi to doubt, be skeptical
hoan hô to cheer, acclaim
hoan nghênh to welcome, acclaim
hoàn cảnh circumstance
hoàn thành to complete, finish
hoãn to postpone, put off
hoang phí to spend lavishly
hoàng cung royal palace
hoàng đế emperor, king
hoàng gia royal family
hoàng hậu queen
hoàng tử prince
hoạt động to be active, be an activist; to operate; activity, operation
hoặc or, either
học to learn, study
học bạ school report
học bổng scholarship, grant
học giả scholar, learned person
học kỳ term, semester
học lực educational background
học phí school fee
học sinh student, pupil
học viện institute
hỏi to ask, question
hỏi thăm to send one's regards to
hói bald
hòm trunk; coffin
hỏng to be out of order
họng throat
họp to meet, gather
họp mặt to get together
hô to call out loud, shout
hồ (1) lake
hồ (2) glue, paste
hồ nghi to doubt, suspect
hồ sơ file, dossier
hổ tiger
hổ thẹn ashamed

H

H

hố pit
hộ chiếu passport
hộc drawer
hôi to stink, smell
hồi ký reminiscences, memoirs
hồi phục recover
hồi tỉnh to come to, regain
  consciousness
hối to urge, press
hối đoái exchange rate (currency)
hối hận to regret; remorse
hối hả to hurry, hasten
hối tiếc to regret
hội association; festival
hội chợ fair
hội chứng syndrome
hội đồng council, committee
hội họa painting (artistic)
hội họp to gather, meet
hội nghị conference, congress
hội trường meeting hall
hội trưởng president,
  chairperson (of an association)
hội viên member (of an
  association)
hôm nay today
hôm qua yesterday
hôm sau the next day
hôn to kiss
hôn lễ wedding
hôn mê coma, unconsciousness;
  unconscious
hồn soul, spirit
hỗn impertinent, impudent
hông hip, flank
hồng (1) rose; pink, rosy
hồng (2) persimmon
hồng thập tự Red Cross
hộp box; tin, can
hộp đêm night club, cabaret
hộp thư PO box
hốt hoảng panic; panicked
hột xoàn diamond
hơi (1) steam, vapor
hơi (2) a little, somewhat
hơi thở breath
hơn (1) to win, surpass
hơn (2) more … than, -er than
hợp to agree; to go well with, suit
hợp đồng contract

hợp lệ legally appropriate,
  conforming to regulations
hợp lý reasonable, sensible
hợp pháp lawful, legitimate, legal
hợp tác to co-operate,
  collaborate
hợp thời timely; fashionable
hũ jar
hú howl
hùa to gang up with
huân chương order, decoration
  (badge)
huấn luyện to train, drill, coach
huấn luyện viên coach, trainer,
  instructor
hùn to pool, join
hung thủ culprit, murderer, killer
hùng mạnh strong; poweful
hút thuốc to smoke (cigarettes)
huy chương medal
huy hiệu badge
hủy to destroy
hủy bỏ to cancel
hủy diệt to exterminate
hủy hoại to ruin
huyền thoại legend, myth
huyện district
huyết blood
huyết áp blood pressure
huyết quản blood vessel
huyết thanh serum
huyết tương plasma
huyệt (1) grave
huyệt (2) acupressure point
huýt gió; huýt sáo whistle
hư out of order; spoilt, bad-
  mannered (person)
hứa to promise
hương; hương thơm scent,
  fragrance, perfume
hưởng to receive, enjoy,
  come into
hướng to direct, turn toward;
  direction
hướng dẫn to guide, direct
hướng đạo scout
hươu deer
hưu bổng pension
hưu trí to retire
hữu ích useful

VIETNAMESE—ENGLISH

I

ia to empty one's bowels
ích kỷ selfish, egoistic
ích lợi useful, beneficial
im quiet, still, calm
im lặng silent, quiet
in to print
ít little, few
ít có rare, unusual
ít khi rarely, seldom
ít nhất at least
ít nhiều more or less
ít tuổi still young

K

ka ki khaki (fabric)
kẻ (1) person (implying negative attitude)
kẻ (2) to sketch lines
kẻ cướp robber
kẻ gian evildoer
kẻ thù enemy
kẻ trộm burglar
kẽ small gap
kéc parrot
kem ice-cream; cream
kèm to enclose, attach
kẽm zinc
kém less; weak
kèn wind instrument
kén cocoon
kén chọn to select carefully
keo glue, paste
keo; keo kiệt mean, close-fisted, stingy
kéo (1) scissors
kéo (2) to pull, draw
kéo co tug of war
kẹo (1) sweet, candy, lolly
kẹo (2) stingy, mean
kẹp to clip, clamp; paper-clip
két safe (utensil)
kẹt to be pinched; to be stuck
kẹt xe traffic jam
kê to make a list of
kê khai to declare in detail
kể to tell
kế close, next to

kế bên close by
kế hoạch plan, scheme
kế toán accounting
kế vị to succeed (to the throne)
kệ shelf
kênh canal
kềnh càng bulky, cumbersome
kết to plait
kết bạn to make friends; to become husband and wife
kết hôn to marry, wed
kết luận to conclude
kết quả result, outcome
kêu to call
kêu gọi to appeal to
kêu la to scream, cry
khả năng ability, capacity
khả nghi suspicious
khá rather, fairly
khá giả well off
khác different, dissimilar, unlike; other
khác biệt different; difference
khác thường unusual, extraordinary
khách guest, visitor
khách hàng customer, client
khách quan objective (view)
khách sạn hotel
khai to declare
khai mạc to inaugurate, open
khai sinh to found; birth certificate
khai thác to exploit (resources)
khai trương to open a shop, business
khám (1) gaol, prison
khám (2) to inspect, search
khám bệnh to examine (medically)
khám phá to discover, bring to light
khan hiếm scarce
khán đài platform
khán giả audience
kháng án to appeal (legal)
khánh thành to inaugurate
khảo cứu to research; research
khát thirsty
khay tray
khắc to engrave, carve
khắc phục to overcome

VIETNAMESE—ENGLISH

khăn ăn napkin, serviette
khăn quàng scarf
khăn tay handkerchief
khăn tắm towel
khẳng định to affirm, assert
khắp everywhere
khâm phục to admire
khẩn; khẩn cấp urgent, pressing
khẩu hiệu slogan, motto
khêu gợi to rouse, stir up
khi when; moment
khi nào when?
khỉ monkey, ape
khí gas
khí giới weapon, arms
khí hậu climate
khích to provoke
khích lệ to encourage
khiêm nhượng; khiêm nhường modest, self-effacing
khiển trách to reprove
khiêng to carry with one's hands, on one's shoulder
khiêu dâm sexually stimulating, pornographic
khiêu vũ to dance; dance
khiếu nại to complain; to petition
khinh to despise, disdain
kho (1) storage; warehouse
kho (2) to simmer in brine (food)
kho tàng treasure
khó difficult, hard
khó chịu uncomfortable, under the weather
khó tính hard to please, fastidious
khoa branch of science, discipline; department; faculty
khoa học science; scientific
khoa trưởng dean
khoả thân nude, naked
khóa to lock
khoai lang sweet potato
khoai tây potato
khoan (1) to drill (make hole); drill (tool)
khoan (2) hang on! wait!
khoảng about, approximately
khoảng cách distance
khóc to cry, weep
khoe to show off

khoẻ; khoẻ mạnh healthy, well
khỏi to be exempt from; to recover from (a disease)
khói smoke
khô dry
khổ miserable
khối block (of three dimensions)
khôn; khôn ngoan wise, sensible
không (1) no, not
không (2) empty
không gian space
không hề never
không khí air
không lực; không quân air force
không sao it doesn't matter
Khổng giáo Confucianism
khổng lồ giant; gigantic
khờ naive
khờ dại stupid, foolish
khởi đầu to begin; to start
khởi hành to depart; to start
khu zone, region
khu công nghiệp industrial zone
khuấy to stir (drink/food)
khung frame (picture)
khùng lunatic
khủng bố to terrorize; terrorism
khủng hoảng crisis
khuôn cast, mold
khuôn mẫu model, design, pattern
khuy buttonhole
khuya late at night
khuyên to advise, recommend
khuyến khích to encourage
khuynh hướng trend, tendency
khử to get rid of; to kill
khứ hồi return (trip, ticket)
khước từ to decline
kí lô gam kilogram
kí lô mét kilometer
kia that
kích thích to excite, stimulate
kích thước measurement, size
kịch play, drama
kịch vui comedy
kiểm check
kiểm duyệt to censor; censorship
kiểm soát to inspect; to control
kiểm tra to control, inspect; control, inspection

VIETNAMESE—ENGLISH

kiếm (1) sword
kiếm (2) to look for
kiên nhẫn patient; enduring
kiến ant
kiến nghị proposal, motion
kiến thức knowledge, insight
kiến trúc architecture
kiến trúc sư architect
kiện to sue
kiêng to abstain from; to avoid
kiệt sức exhausted (health)
kiêu ngạo arrogant
kiểu model, design, style
kiểu mẫu model, pattern
kim needle
kim băng safety pin
kim đồng hồ clock hand
kim loại metal
kim tự tháp pyramid
kìm hãm to hold back, impede
kín tight; secret, confidential
kinh doanh to run a business;
  business, trading
kinh nghiệm experience
kinh niên chronic
kinh tế economy; economic
kính (1) glass; glasses, spectacles
kính (2) to respect
kính râm sunglasses
kịp to be in time
kịp thời duly, in time
kỳ term, period
kỳ; kỳ cục odd, weird
kỳ diệu marvelous, wonderful
kỳ hạn term, deadline
kỳ quái bizarre
kỳ thị to discriminate
kỷ luật discipline; disciplinary
kỷ lục record (competition)
kỷ nguyên era
kỷ niệm to commemorate
kỹ; kỹ lưỡng careful
kỹ năng skills
kỹ nghệ industry
kỹ sư engineer
kỹ thuật technology; technique
ký to sign
ký hiệu symbol
ký túc xá dormitory
ký ức memory

ky to be incompatible with;
  to be allergic to

L

la (1) mule
la (2) to scold; to scream, shriek
la bàn compass
la hét to shout, scream
la mắng to scold
La tinh Latin
là to be
lá leaf
lá bài card (game)
lá cờ flag
lá lách spleen
lạ strange, alien
lạ lùng; lạ kỳ strange,
  extraordinary
lạ mặt strange-looking
lạc (1) peanut
lạc (2) to get lost
lạc đà camel
lạc hậu backward
lạc quan optimistic
lai (1) hem
lai (2) cross-bred, of mixed blood
lãi profit
lái to drive, steer
lại (1) to come
lại (2) again
làm to do; to make
làm ăn to earn one's living
làm bậy to do wrong
làm biếng lazy, slack
làm bộ to pretend, feign
làm chứng to bear witness, give
  evidence
làm công to work
làm giả to counterfeit, fake
làm giàu to make a fortune
làm gương to set an example
làm ơn to do a favor
làm phiền to disturb, trouble
làm quà to give something as
  a gift
làm quen to make acquaintance
  with
làm việc to work
lạm dụng to abuse

VIETNAMESE—ENGLISH

lạm phát to inflate; inflation
lạm quyền to abuse one's authority
lan (1) to spread
lan (2) orchids
lan can banister, rail
lang thang to wander
làng village
lảng trí absent-minded
lãng mạn romantic
lãng phí to waste; wasteful
láng glossy
láng giềng neighbor
lanh; lanh lẹ quick, smart
lanh lẹn; lanh lợi quick-witted
lành mạnh healthy, wholesome
lãnh đạo to lead; leader
lãnh sự consul
lãnh sự quán consulate
lãnh tụ leader
lạnh cold
lạnh lùng frigid; indifferent
lão old
Lão giáo Taoism
lão luyện well-trained, experienced
láo lying
lạp xưởng Chinese sausage
lát slice
lau to wipe, mop
lau chùi to clean
lạy to kowtow
lắc to shake
lắc đầu to shake one's head
lắc lư to swing, sway
lắm very, very much
lăn to roll
lặn to dive
lăng mausoleum
lăng mạ to insult, call names
lẳng lơ flirtatious
lắng nghe to listen, be all ears
lặng quiet, calm
lặng thinh to keep quiet
lắp to assemble
lập lại to repeat
lâm nguy to be in danger
lâm thời provisional, interim
lầm to mistake, misunderstand
lầm lỗi to make a mistake, to be at fault

lân cận neighboring, next to
lần time (occasion)
lần lần gradual, step by step
lẫn; lẫn lộn to be confused
lấn át to bully
lấp lánh to glitter
lập to found, establish, set up
lập trường position, standpoint
lập tức immediately, at once
lật đổ to overthrow, topple
lâu long, for a long time
lâu đài castle
lầu story (of building)
lây to be contagious; to contract
lấy to take; to get; to buy
lấy cớ to use as a pretext
lấy lòng to try to win someone's sympathy
lẻ odd (number); retail
lẻ loi lonely, solitary
lẽ dĩ nhiên as a matter of course, naturally
lé cross-eyed, squint
lẹ; lẹ làng quick, fast
len wool
leo to climb
leo thang to escalate
lê pear
lề margin
lễ festive day, holiday; ceremony
lễ độ courteous
lễ nghi rituals, rites
lễ phép polite
lệ phí fees
lệ thuộc to be dependent on
lên to go up; to rise; to amount to
lên án to condemn, denounce
lên cân to put on weight
lên dây to wind up (clock/watch), tune (stringed instrument)
lên đường to depart, leave on a trip
lên tiếng to speak up
lệnh order (from an authority)
lều hut; tent
li ti tiny
lì obstinate; intrepid
lịch calendar
lịch sử history; historic, historical

VIETNAMESE—ENGLISH

lịch sự polite; elegant
lịch trình agenda; process
liếc to glance
liếm to lick
liệm to shroud (a corpse)
liên bang federation; federal
liên can to be implicated; concerning
liên đoàn union, federation
liên hệ related to, connected to; to get in touch with
liên hiệp to unite, ally
Liên hiệp quốc the United Nations
liên hoan merry party (in a class, association); festival
liên lạc to contact; communication
liên lạc viên messenger; liaison person
liên lụy to be involved in
liên minh ally; alliance
liên quan to be related to, concerned with
liên tiếp consecutive, successive
liên tục continuous, uninterrupted
liên từ conjunction
liên tưởng to associate
liền at once, right now
liệng to throw, cast
liệt (1) to be paralysed
liệt (2) to list, rank
liệt kê to list
liều; liều lĩnh rash, overbold
liễu willow
linh hoạt active
linh hồn soul
linh mục Catholic priest
linh tinh miscellaneous
lĩnh to receive cash
lính soldier
lo; lo lắng to worry
lo liệu to see to; to make arrangements
lo lót to bribe
lo xa to have foresight
lò oven, stove
lò sưởi heater; fireplace
loa loudspeaker
loài species, breed
loại (1) kind, class, category

loại (2) to eliminate, to reject
loại bỏ to reject
loại trừ to exclude, expel
loan báo to announce
loạn lạc social disturbance
loãng thin, weak (drink, potion)
loạt series, round
lọc to filter
loé to flash
lọn curl, fringe, lock (of hair)
long trọng solemn
lòng heart, feeling; entrails
lòng dạ heart
lòng đỏ yolk
lòng tham greediness
lòng tin trust, confidence
lỏng liquid
lỗ (1) hole
lỗ (2) to suffer a loss
lỗ đít anus
lỗ hổng gap, cavity
lỗ mãng rude
lỗ mũi nostril
lỗ rốn; lỗ rún navel
lỗ tai ear
lộ thiên open-air; outdoors
lộ trình itinerary
lôi thôi untidy, disorderly
lồi protruding
lồi lõm bumpy
lỗi mistake, fault, errror
lỗi lạc outstanding
lỗi lầm mistake, error
lỗi thời outdated, obsolete
lối way, style
lối sống way of life
lội to wade; to swim
lộn to mistake
lộn xộn disorderly
lông hair; feather
lông mày eyebrow
lông mi eyelash
lồng cage
lốp; lốp xe tyre
lột to peel, strip off
lơ to ignore, pretend not to hear/see
lơ đãng absent-minded, inattentive
lờ to pretend to forget, ignore

VIETNAMESE—ENGLISH

L

lỡ to miss (train); to be inadvertent
lời (1) profit, interest
lời (2) word
lợi (1) advantageous
lợi (2) gum
lợi dụng to take advantage of; to make use of
lợi hại pros and cons
lợi ích benefit
lợi nhuận profit
lợi tức income, revenue
lớn big, large
lớp class; layer, coat
lớp học classroom
lũ gang, group (derogatory)
lúa rice, paddy
lụa silk
luân lý morality; ethics
luận to reason, infer
luận án thesis
luận văn essay; dissertation
luật; luật pháp law
luật sư lawyer
lúc moment; while
lục to forage, rummage, search
lục soát to search
lui to withdraw; to abate; to retire
lùn too short (body); dwarfed
lún to sink
lùng; lùng bắt to hunt down
lủng củng unsettled, clashing
lúng túng embarrassed
luộc to boil
luộm thuộm careless and casual
luôn uninterruptedly, always, frequently
luôn luôn always, incessantly
lụt; lụt lội flood, inundation
luyện to train, drill, coach; to refine
lừa; lừa gạt; lừa đảo to deceive, cheat
lựa; lựa chọn to select, pick, choose
lực sĩ athlete
lưng back
lưng chừng half-way, half-done
lừng danh famous, well-known
lược comb
lười; lười biếng lazy
lưỡi tongue

lưỡi câu fishhook
lưỡi lê bayonet
lưới net
lượm to pick up, gather, collect
lươn eel
lượn to glide, hover
lương; lương bổng salary, wages
lương tâm conscience
lương thiện honest
lương thực food
lường gạt to deceive, dupe, cheat
lưỡng lự to hesitate, be in two minds
lượng (1) quantity
lượng (2) to assess, estimate
lượt time; turn
lưu động mobile
lưu hành to circulate
lưu loát fluent
lưu tâm to be concerned with
lưu truyền to hand down from generation to generation
lưu vong in exile
lưu ý to pay attention to; to draw someone's attention to
lựu pomegranate
lựu đạn grenade
ly glass (container)
ly hôn to divorce
ly khai to break away from; separatist
lý (1) reason, grounds
lý (2) physics
lý do reason, cause, excuse
lý lẽ reason
lý lịch curriculum vitae, resumé
lý luận to argue; argument, reasoning
lý thú interesting, entertaining
lý thuyết theory
lý trí reason, rationality
lý tưởng ideal; idealistic
lý tưởng hoá to idealize

M

ma ghost; phantom
ma chay funeral

VIETNAMESE—ENGLISH

ma túy narcotic, drug
mà who, which, that
mả tomb
mã code, cipher
má (1) cheek
má (2) mother
mách to tell on
mách lẻo to tell tales
mạch pulse
mạch máu blood vessel
mai tomorrow
mai mốt another few days
mai sau in the future
mãi continuously, uninterruptedly
mái female (bird, fish)
mái chèo oar
mái hiên roof of verandah
mái nhà roof
man rợ barbarous
màn (1) curtain
màn (2) act (of a play)
màn ảnh; màn bạc movie screen
mang to bring
màng membrane
màng nhĩ eardrum
màng trinh hymen
mạng lưới network
mạng nhện spider's web
manh mối clue
mảnh piece; plot (of land)
mạnh; mạnh mẽ strong, powerful
mạnh dạn bold, daring
mạnh giỏi; mạnh khoẻ well,
    healthy
mát; mát mẻ cool (weather),
    fresh
mạt chược mah jong
mạt cưa sawdust
mau quick, fast
mau chóng quick, prompt
màu; màu sắc color
máu blood
may (1) luck; lucky
may (2) to sew
may mắn lucky, fortunate
máy machine; engine
máy ảnh camera
máy bay aeroplane
máy chữ typewriter
máy điện toán computer

máy điều hoà không khí air-
    conditioning
máy ghi âm cassette recorder
máy ghi hình video recorder
máy giặt washing machine
máy hút bụi vacuum cleaner
máy may sewing machine
máy phát điện generator
máy sấy dryer
máy thu thanh radio
máy tính calculator; computer
mắc cỡ shy
mặc to put on; to wear
mặc cả to bargain
mặc dầu; mặc dù although,
    though
mặn salty
măng bamboo shoot
măng cụt mangosteen
măng tây asparagus
mắng to scold, reprove
mắt eye
mắt cá; mắt cá chân ankle
mắt kiếng glasses, spectacles
mặt (1) face
mặt (2) side; aspect
mặt (3) right, on the right hand
    side
mặt nạ mask
mặt trăng moon
mặt trận front (military)
mặt trời sun
mâm tray
mầm bud, sprout; germ, seed
mập fat, corpulent
mất (1) to lose
mất (2) to pass away, die
mất (3) to take (a duration)
mất dạy ill-bred
mất giá to depreciate
mất mặt to lose face
mật gall; bile
mật mã code, cipher
mật vụ intelligence, spying
mâu thuẫn contradiction;
    contradictory
mầu nhiệm miraculous, marvelous
mẫu model, example, pattern
mẫu giáo kindergarten; pre-school
    education

VIETNAMESE—ENGLISH

M

mẫu mực exemplary, good role model
mậu dịch trade, commerce
mây cloud
mấy how many?
me tamarind
mè sesame
mẻ chipped
mẹ mother
men (1) ferment, yeast
men (2) glaze, enamel
mèo cat
méo deformed, out of shape
mẹo trick
mét meter
mê (1) to be very fond of, attached to
mê (2) to be unconscious, anesthetized
mê man to be in a coma
mê tín superstitious
mềm soft, tender
mềm dẻo flexible, supple
mềm mỏng soft-mannered, accommodating
mền blanket
mến to like, be fond of
mến tiếc to grieve affectionately for
mệnh fate, destiny
mệnh đề clause
mệnh lệnh order
mệt tired, weary
mi li mét millimeter
mì noodle
mí mắt eyelid
mỉa; mỉa mai to speak ironically
mía sugarcane
miền area, region, zone
miễn to exempt
miễn cưỡng reluctant
miễn là on condition that, provided that
miến translucent vermicelli
miếng piece
miệng mouth; oral
miêu tả to describe, depict; description
miếu shrine
mỉm cười to smile

mìn mine (weapon)
minh họa to illustrate
minh tinh màn bạc movie stars
minh ước pact, treaty
mình (1) body
mình (2) I, me
mít jackfruit
mò to fumble, grope
mỏ mine (industry)
mỏi weary; sore
mọi every, all
mòn to wear out
món; món ăn dish (of food)
mong (1) to wait, expect
mong (2) to wish, long for
mỏng thin
mỏng manh frail, fragile
móng (1) nail; claw; hoof
móng (2) foundation, base
mọt woodworm; weevil
mô hình relief model
mồ tomb
mồ côi parentless, orphaned
mồ hóng soot
mổ to operate (medical); to dissect
mốc (1) landmark
mốc (2) mold; moldy
môi lip
môi giới to be an intermediary
môi sinh ecological system
môi trường environment
mỗi each, every
mối termite
môn subject (of study)
môn bài license (to trade)
mông buttock, bottom
mộng dream
mốt mode, fashion, style
một a, an, one
một vài a few
mơ (1) apricot
mơ (2) to have a dream
mơ hồ vague
mơ mộng to dream
mơ ước to wish
mờ dim, blurred
mờ ám clandestine
mở to open; to turn on, switch on
mở đầu to begin, start

VIETNAMESE—ENGLISH

mở máy to start an engine
mỡ fat, lard
mợ aunt (wife of maternal uncle)
mới new, fresh; just, recently
mới đây recently, lately, just
mơn trớn to caress, fondle
mù blind
mù chữ illiterate
mủ pus
mũ hat, cap
mua to buy, purchase
mua chuộc to buy over, bribe
mua sắm to go shopping
mùa; mùa màng season
múa to perform a dance
múc to ladle, scoop
mục section (of program) item (in newspaper)
mục đích aim, purpose
mục lục contents; table of contents
mục sư pastor
mục tiêu target, aim
mùi smell, scent
mùi vị taste (of food)
mũi nose; point (of a knife)
mũi tên arrow
mụn acne; pimple
mùng mosquito net
muỗi mosquito
muối salt; to pickle
muốn to want
muộn late
muỗng spoon
mút to suck
mụt abscess, bile
mưa rain
mửa to vomit, throw up
mức; mực level, degree, extent
mực ink
mừng happy, pleased; to congratulate; celebrate
mười ten
mướn to hire, rent
mượn to borrow
mứt candied fruit
mưu kế scheme, trick
mưu sát to attempt a murder
Mỹ United States of America; American

mỹ mãn fully satisfactory
mỹ thuật art, fine arts; artistic

N

nạc lean (meat)
nách armpit
nai deer
nải bunch (of bananas)
nam (1) male (human being)
nam (2) south
nam châm magnet
nam giới male sex
nan y intractable (disease)
nản chí; nản lòng disheartened, discouraged
nán to stay on, linger
nạn calamity, disaster
nạn nhân victim
nạng crutch
nào which?
não brain
náo động boisterous
nạp (1) to submit, lodge (an application)
nạp (2) to load, charge
nạt to shout angrily
nay mai in the near future
này this
nãy relating to a duration that has just passed
nạy to pry, prise
năm (1) year
năm (2) five
năm ngoái last year
nằm to lie down
nắm to hold, grasp
năn nỉ to entreat
nặn to knead
năng lực capability, ability
năng lượng energy
năng suất productivity
nắng sunny
nặng heavy; strong (drink, cigarette)
nắp lid, cover, cap
nấc cụt to hiccup
nấm mushroom
nâng to lift, raise
nấp to hide

VIETNAMESE—ENGLISH

N

nâu brown
nấu to cook
nấu ăn to do the cooking
ném to cast, throw
nén to stuff; to press
nẻo way, direction
nét stroke, line; feature (of the face)
nể to respect, admire
nếm to taste
nệm mattress
nên (1) should
nên (2) therefore
nên người to become a good person
nền foundation; background
nến candle
nếp fold, crease
nêu to point out; to bring up
nêu gương to set an example
nếu if
Nga Russia
ngà elephant's tusk; ivory
ngả way, direction
ngã to fall down
ngạc nhiên to be astonished, surprised; surprise
ngai; ngai vàng throne
ngại to be reluctant to, shrink from
ngàn thousand
ngán to be tired of, fed up with
ngang horizontal; abreast; across
ngang; ngang bướng obstinate, self-willed
ngang hàng of the same rank, equal
ngành branch, field
ngành nghề profession, career
ngáp to yawn
ngay (1) instantly, right away
ngay (2) straight
ngay cả even
ngay lập tức at once, immediately
ngay thẳng upright, honest
ngày day, date
ngày kia the day after tomorrow
ngày lễ official holiday, festive day
ngày mai tomorrow
ngày nay nowadays, at present

ngày sinh date of birth
ngày thường weekday
ngày xưa in olden times, formerly
ngáy to snore
ngắm to gaze at; to aim
ngăn cách to separate
ngăn cấm to forbid
ngăn chặn to prevent, stop
ngăn kéo drawer
ngăn ngừa to prevent
ngắn short
ngắt to pluck
ngâm (1) to recite
ngâm (2) to soak
ngầm hidden, secret
ngẫm; ngẫm nghĩ to ponder, to think over
ngậm to keep (something) in the mouth
ngân hàng bank
ngân khố treasury
ngân sách budget
ngập to be flooded with, full of
ngập ngừng to falter, stumble, hesitate
ngất to faint, become unconscious
ngây thơ innocent, naive
nghe to hear
nghèo poor
nghẹt to be blocked, choked
nghề; nghề nghiệp trade, profession, career
nghệ sĩ artist
nghệ thuật art, arts
nghi to doubt, suspect
nghi lễ rites
nghi thức rituals, protocol
nghỉ to rest, to have a break
nghỉ mát to go on holiday
nghỉ phép to be on leave
nghĩ to think
nghị quyết resolution
nghị sĩ senator
nghị viện Lower House, House of Representatives
nghĩa (1) meaning
nghĩa (2) righteousness; faithfulness
nghĩa địa cemetery
nghĩa vụ duty, obligation

VIETNAMESE—ENGLISH

nghiêm stern, serious
nghiên cứu to research
nghiền to grind; ground
nghiện to be addicted to
nghiêng to tilt, incline; slanting
nghiệp đoàn trade union
ngò coriander
ngỏ lời to express; to express oneself
ngoài outside; out
ngoài ra in addition to; apart from
ngoài trời in the open air, outdoors
ngoại on the mother's side
ngoại giao diplomacy; international relations
ngoại kiều foreign residents
ngoại ngữ foreign languages
ngoại quốc foreign countries
ngoại tệ foreign currency
ngoại thương foreign trade
ngoại trưởng Minister of Foreign Affairs
ngoan; ngoan ngoãn well-mannered, well-behaved
ngọc gem
ngọc trai pearl
ngói tile (for roof)
ngon good, delicious (food)
ngon miệng with good appetite
ngón tay finger
ngón chân toe
ngọt sweet, sugary
ngô maize
ngộ độc to be poisoned
ngốc stupid, silly, foolish
ngồi to sit, take a seat
ngôn ngữ language
ngôn ngữ học linguistics
ngỗng goose
ngu stupid
ngủ to sleep
ngũ cốc cereals
ngụm mouthful (of drink)
nguội to become cold
nguồn gốc source, origin
nguy dangerous, perilous
nguyên whole
nguyên nhân cause, reason
nguyên tắc principle

nguyên tử atom; nuclear
nguyền to vow, swear
nguyện vọng aspiration, wish, hope
nguýt to glance angrily at
ngư dân fisherman
ngừa to prevent
ngừa thai contraceptive
ngứa to itch; itching
ngựa horse
ngực breast, chest
ngửi to smell; to sniff
ngừng to stop, halt
ngược upside down; inside out; against
người people, person, human being
người quen acquaintance
người yêu lover, sweetheart
ngượng to be awkward
nha sĩ dentist
nhà house, home
nhà bếp kitchen
nhà chứa brothel
nhà ga railway station
nhà lầu multi-storied house
nhà hát theater
nhà in printing house
nhà nước state
nhà thờ church
nhà thuốc pharmacy
nhà thương hospital
nhà tôi my husband; my wife
nhà trường school
nhà xác morgue
nhà xuất bản publishing house
nhả to spit out; to discharge
nhạc music
nhạc cụ; nhạc khí musical instrument
nhạc sĩ musician; composer
nhai to chew
nhại to ape, mimic
nhan đề title
nhàn leisurely, idle
nhãn (1) label
nhãn (2) longan
nhãn hiệu trademark
nhang incense, joss stick
nhanh quick, fast, swift

VIETNAMESE—ENGLISH

N

nhanh trí quick-witted
nhánh twig, branch
nhát timid, chicken-hearted
nhạt pale, light; tasteless, insipid
nhau each other, one another
nhảy to jump; to dance
nhảy mũi to sneeze
nháy to wink; to flash
nhạy sensitive
nhắc to remind; to prompt
nhắc lại to repeat
nhắc nhở to remind
nhắm (1) to aim at
nhắm (2) to close (eyes)
nhắn to leave a message
nhấp to sip (wine)
nhặt to pick up, gather
nhầm lẫn to mistake
nhân (1) kernel; filling; nucleus
nhân (2) to multiply
nhân danh on behalf of, in the name of
nhân dân people, the masses
nhân dịp on the occasion of
nhân đạo humane
nhân loại humanity
nhân lực manpower
nhân quả cause and effect
nhân quyền human rights
nhân sâm ginseng
nhân tạo artificial
nhân từ kind-hearted
nhân vật character (in play)
nhân viên employee
nhẫn ring
nhấn to press, touch
nhấn mạnh to emphasize
nhận to receive; to accept; to admit
nhận diện to identify
nhận định to assess, conclude
nhận lời to accept, agree
nhận xét to comment, judge
nhập cảng; nhập khẩu to import
nhập tịch to naturalize
nhất first; most; best
nhất quyết to be determined to
nhật ký diary
nhẹ light (not heavy); mild
nhét to stuff, cram; to pack

nhện spider
nhi đồng infant, young child
nhi khoa pediatrics
nhì second (in order)
nhiễm to catch, contract (a disease)
nhiễm trùng to be infected
nhiệm vụ duty, responsibility
nhiên liệu fuel
nhiếp ảnh photography
nhiệt heat
nhiệt độ temperature
nhiệt đới tropical zone
nhiệt kế thermometer
nhiều many, much; abundant
nhìn to look at
nhìn nhận to recognize, acknowledge
nhịp điệu rhythm
nho grape
nhỏ (1) small, little
nhỏ (2) to administer by drops, trickle
nhỏ bé small, little
nhỏ mọn mean, humble
nhóm group, gang
nhổ (1) to spit
nhổ (2) to pull up, uproot
nhồi to stuff, cram, fill
nhôm aluminium
nhộn nhịp bustling
nhốt to detain, confine
nhờ (1) to ask (somebody to do something)
nhờ (2) thanks to
nhớ to remember; to miss
nhu cầu to need, demand
nhu nhược feeble-minded, irresolute
nhu yếu essential
nhúc nhích to move, budge
nhục mạ to insult
nhuộm to dye
như like, as
nhựa (1) resin
nhựa (2) plastic
nhức to ache, hurt
nhưng but; yet
những some, the (plural noun classifier)

VIETNAMESE—ENGLISH

O

nhược điểm shortcoming, weak point
nhượng to cede
ni cô Buddhist nun
nĩa fork (cutlery)
niêm to seal
niên khoá school/academic year
nín to hold; to refrain from
nịnh to flatter
no full, having eaten enough
nó he, she, it; him, her, it
nòi giống race
nói to say; to speak; to talk; to tell
nói chơi to joke
nói chuyện to talk, chat
nói dối to lie
nói lắp to stammer, stutter
nói lên to voice
nói thầm to whisper
nói xấu to backbite
nón hat; conical hat
nóng hot
nóng lòng impatient
nóng nảy; nóng tính hot-tempered
Nô en Christmas
nô lệ slave
nổ to explode; to break out
nôi cradle, cot
nồi cooking pot
nổi to float
nổi danh famous
nổi dậy to rise up
nổi loạn to rebel, revolt
nổi nóng to lose one's temper
nối liền to connect
nội paternal, belonging to the father's side
nội các cabinet (government)
nội chiến civil war
nội dung content
nội quy regulations, rule
nội trợ housekeeping; homemaker
nôn; nôn oẹ to vomit
nông; nông cạn shallow; superficial
nông dân farmer, peasant
nông nghiệp agriculture
nông sản agricultural produce
nông thôn countryside

nồng hậu; nồng nhiệt ardent, warm
nộp to hand in, submit
nốt ruồi beauty spot
nơ bow (clothing)
nở to bloom; to hatch
nợ debt; to owe, be indebted to
nơi place
nơi sinh birthplace
nụ flower bud
núi mountain
núi lửa volcano
nuôi to bring up, nurture; to keep, raise, breed
nuốt to swallow
núp to hide oneself
nút (1) button
nút (2) knot
nữ woman; female
nữ giới female sex
nữ quyền women's rights
nữ hoàng queen
nữ sinh schoolgirl
nữ trang jewels
nửa half
nửa đêm midnight
nữa more, further, another
nực hot (weather)
nực cười ridiculous
nước (1) water; liquid
nước (2) country, nation
nước miếng saliva
nước chấm sauce
nước da complexion
nước đái urine
nước hoa perfume
nước mắm fish sauce
nước mắt tear
nước ngọt fresh water; soft drink
nướng to grill

O

ó hawk
oan; oan ức being the victim of an injustice
oán to resent, maintain hatred towards someone
oanh kích to drop bombs, attack with bombs

VIETNAMESE—ENGLISH

O

oanh tạc to bombard; bombardment
óc brain; mind
ọc to vomit, throw up
oi sultry, oppressive (weather)
ói to vomit
ong bee
ót nape
ô (1) umbrella
ô (2) compartment; box; case
ô nhiễm to pollute; polluted
ô tô automobile, car
ổ nest; hole
ổ khóa lock
ốc screw
ổi guava
ôm to embrace
ốm ill, sick; thin, skinny
ốm yếu feeble and skinny
ôn to review, revise
ôn đới temperate zone
ôn hoà moderate, peaceful; mild
ồn; ồn ào noisy
ổn định to settle, stabilize
ổn thoả satisfactorily settled (issue, event)
ông grandfather; gentleman; Mr; Sir; you (used for addressing a man)
ông bà grandparents; ancestors, forebears
ông tổ ancestor of a line of descent; founding father
ông trời the Creator, Heaven
ống pipe, duct
ống dòm binoculars
ống điếu pipe (smoking)
ống kính lens (camera)
ống nghe receiver (of a telephone); stethoscope
ống tiêm syringe
ờ; ừ yes (informal)
ở to live, be; to stay, remain
ở không to be idle
ở lại to remain, stay
ở trần to be half-naked
ở trọ to live in lodgings; to live in rented accommodation
ợ to belch, burp
ơn favor

ớn to be fed up with; to be scared of
ớt chili

P

pha trò to joke
phà ferry
phá to destroy
phá giá to devalue
phá hoại to sabotage
phá rối to trouble, disturb
phá sản to go bankrupt; bankruptcy
phá thai to have an abortion; abortion
phá trinh to deflower
phác hoạ to sketch, outline
pháo bông fireworks
pháp chế legal system; legislation
pháp lý law
phát (1) to become, grow; to develop; to prosper, thrive
phát (2) to distribute; to generate
phát âm to pronounce (sound); pronunciation
phát giác to reveal, disclose, uncover
phát hành to circulate, publish
phát hiện to discover; discovery
phát hoả to catch fire
phát minh to invent; invention
phát thanh to broadcast; broadcasting (radio)
phát triển to develop, expand; development
phát xít Fascism; fascist
phạt to punish, fine
phẳng even, flat (surface)
phẩm cách personal dignity
phẩm chất quality (human)
phẩm giá dignity
phân (1) feces, excrement; fertilizer, manure
phân (2) to divide
phân biệt to discriminate; distinguish
phân bón fertilizer
phân công to allot, assign (work)
phân nửa half

VIETNAMESE—ENGLISH

P

phân số fraction
phân tán to disperse
phân tích to analyse; analysis
phân tử molecule
phần part, portion
phần lớn; phần đông most, the majority
phần thưởng reward; award
phần trăm percentage; per cent
phấn powder (cosmetic); chalk
phận sự duty, obligation
Phật Buddha
phẫu thuật surgery
phe camp, side, faction
phép (1) rule of behavior
phép (2) permission, leave
phép (3) method
phê; phê bình to comment; to criticize
phê chuẩn to ratify, approve
phễu funnel
phi to gallop
phi cảng airport
phi công pilot (airplane)
phi lý absurd, unreasonable
phi pháp illegal, unlawful
phi thuyền spaceship
phi thường extraordinary
phí to waste, squander
phí tổn cost, expenditure
phía side, direction
phiên dịch to interpret (language); interpreter
phiền phức complicated and troublesome
phiêu lưu adventure; adventurous
phiếu ticket, coupon, voucher; vote, ballot
phim film
pho mát; phó mát cheese
phó deputy, vice (position, status)
phong bì envelope
phong cảnh landscape, scenery
phong kiến feudal
phong lan orchid
phong toả to blockade
phong trào movement
phong tục custom (culture)
phòng room, hall, office
phòng ngừa to prevent

phỏng chừng about, approximately
phỏng vấn to interview; interview
phóng đại to magnify; to exaggerate
phóng sự report
phóng thích to set free, release
phóng uế to relieve oneself
phóng viên reporter
phổ thông popular, universal
phố urban house; street
phôi thai embryo; embryonic, budding
phổi lung
phông background (stage)
phở Vietnamese noodle soup
phơi to dry in the sun
phù hiệu badge
phù thủy sorcerer
phủ nhận to deny, reject
phụ âm consonant
phụ cận surrounding, adjacent
phụ huynh student's parents or guardian
phụ nữ women
phụ thuộc to depend on; dependent on
phụ trách to be in charge of
phụ tùng spare parts, accessories
phúc blessing, happiness, luck
phúc âm the Gospel
phúc lợi welfare
phúc trình to report to a higher level
phục to admire
phục sinh to resurrect
Phục Sinh Easter
phục vụ to serve, attend; service
phức tạp complicated
phương diện aspect
phương Đông the Orient, the East
phương hướng direction
phương Tây the Occident, the West
phương thức procedure
phương tiện means
pin battery
pô shot, exposure (camera)

VIETNAMESE—ENGLISH

Q

qua to pass, to be gone; to cross, go across
qua đời to pass away
quà gift, present
quà vặt snack
quả fruit
quả đất globe, Earth
quả phụ widow
quả quyết determined
quả tang red-handed
quá very; excessive, too (much)
quá cố dead, defunct, late
quá độ excessive
quá giang to get a lift; hitchhike
quá khích extremist
quá khứ the past
quạ crow
quai handle; strap
quái dị very strange
quái vật monster
quan điểm viewpoint
quan hệ relationship, link
quan khách guests (in a ceremony)
quan niệm to view; to conceive; view; concept
quan sát to observe
quan sát viên observer
quan tài coffin
quan thuế customs (duties)
quan trọng important, significant
quản gia butler, housekeeper
quản lý to manage, cope with; management, control
quản trị to administer; administration, management
quán inn; kiosk, stall
quảng cáo to advertise; advertising, advertisement
quảng đại generous
quanh around
quanh co meandering
quanh năm all the year round
quào to claw, scratch
quát; quát mắng to shout
quạt to fan, to winnow; fan
quay to turn round, revolve; to rotate; to spin

quay cóp to copy (in exam/test)
quay phim to shoot a film
quăn curly
quăng to cast, throw
quân army
quân bình in balance, in equilibrium
quân chủ monarchy; monarchic
quân dịch military service
quân lực; quân đội armed forces
quân nhân serviceman
quân phiệt militarist; militarism
quân sự military
quân thù enemy
quần pants
quần chúng the masses
quần đùi shorts, drawers
quần vợt tennis
quận district
quầng circle, ring; halo
quầy counter, stall
quậy to stir
que stick
què crippled, lame
quen to be acquainted with
queo to turn (right/left)
quét to sweep
quê hương native land
quế cinnamon
quên to forget
quốc ca national anthem
quốc doanh state-run
quốc gia nation, country
quốc giáo national religion
quốc hội national assembly, parliament
quốc hữu hoá nationalize
quốc khánh national day
quốc kỳ national flag
quốc phòng national defence
quốc tế international
quốc tịch nationality
quở; quở trách to scold, reprove
quy chế regulations
quy định to stipulate; stipulation, rule
quy luật law, principle
quy mô scale
quy tắc rule

VIETNAMESE—ENGLISH

quy ước convention; to establish a convention
quỳ to kneel
quỷ devil, demon
quỷ quyệt cunning, foxy
quỹ fund
quỹ đạo orbit, trajectory
quý (1) quarter (of a year), three months
quý (2) valuable, precious
quý phái noble, aristocratic
quý tộc aristocracy
quyên to collect (donations)
quyền right, civil rights; power, authority
quyền Anh boxing
quyền hành power, authority
quyển volume
quyến rũ to seduce; seductive
quyết định to decide, determine; decision
quýt mandarin (fruit)
quỵt fail to pay, cheat on a payment

R

ra (1) out; into
ra (2) to go out, come out
ra (3) to publish
ra đa radar
ra đời to be born
ra hiệu to sign; signal
ra lệnh to order
ra toà to appear before a court
ra vẻ to pretend
rác garbage, litter
rách to be torn
rải to scatter, spread
ram ream
rán to fry
ráng to try, endeavor
ràng to tie, bind
rạng đông dawn, daybreak
ranh mischievous
ranh giới limit, border
rảnh to have spare time
rào fence, hedge
ráp to join, assemble (components)
rau vegetable

rau thơm herbs
rắc to sprinkle
răn dạy to admonish, teach
rắn snake
răng tooth
rằng that (introducing a clause)
rậm thick, dense, bushy
rận louse
rất very
râu beard; whisker
rầu sorrowful, worried
rầy; rầy la to scold, reprove
rẻ; rẻ tiền cheap, inexpensive
rèm curtain, drapes; blind
ren lace
reo to shout for joy
rể bridegroom
rễ root (of plant)
rên to moan
rêu moss
rỉ to ooze, drip
ria moustache
riêng personal, private; separate
riêng lẻ separately, individually
riêng tư personal, private
rìu ax
rõ clear
roi whip; cane, rod
rọi to shine; beam
rong seaweed
ròng pure
rồi already; then
rối loạn confused; chaotic; trouble
rốn navel
rồng dragon
rỗng empty, hollow
rỗng túi broke, penniless
rống to roar
rộng wide, large, broad
rộng lượng magnanimous, generous
rộng rãi spacious
rờ to feel, touch
rơi to fall, drop
rời to leave, part
rơm straw (dry rice stalks)
rớt to drop, fall; to fail (in an exam)
rủ to entice; to ask
rũ to droop

VIETNAMESE—ENGLISH

R

rùa tortoise
rủa to curse
rủi unlucky, unfortunate
run to tremble
rung to shake; to ring (a bell)
rụng to fall, drop
ruồi fly (insect)
ruồng bỏ to abandon, desert
ruột (1) bowels; inside; tube (of tyre)
ruột (2) by birth; by blood
ruột thừa appendix
rút to pull out, take out; to withdraw (something)
rút lui to withdraw; to turn back
rút ngắn to cut short, abridge
rụt rè shy
rửa tội to baptize; baptism
rừng forest, jungle
rước to welcome; to march in a procession
rưỡi and a half (of a measure unit)
rương trunk
rượt to chase, pursue
rượu alcohol; spirits, liquor; wine
rượu mùi liquor

S

sa mạc desert
sa thải to sack
sách book
sách nhiễu to harass
sách vở book; bookish, dogmatic
sạch; sạch sẽ clean
sai incorrect, wrong
sai lầm incorrect, erroneous
sám hối to repent
san hô coral
san sẻ to share
sàn floor
sản khoa obstetrics
sản lượng output, yield
sản nghiệp property
sản phẩm product
sản xuất to produce, manufacture, yield
sang trọng elegant and wealthy
sáng bright

sáng chế to invent
sáng kiến initiative, innovation
sáng lập to found, establish; foundation, establishment
sáng suốt clear-minded
sáng tác to create, compose
sáng tạo to create; creation
sánh to compare with
sao star
sao? why?
sào pole
sáo flute
sáp wax
sáp nhập; sát nhập to merge; to amalgamate, integrate
sạp stall, kiosk
sát very close
sát hạch to test, examine
sát hại to massacre
sát nhân to murder; murderer
sát trùng antiseptic
sau behind, after
sau cùng last, finally
sau đây as follows; the following
sau đó after that
sau khi after
sau này afterwards
sáu six
sắc; sắc bén sharp (knife, edge)
sặc sỡ gaudy, loud
sắm to go shopping; to buy
săn to hunt
săn bắt to hunt down
săn sóc to nurse, look after
sẵn ready, available
sẵn lòng to be willing to
sắp (1) to pile, arrange
sắp (2) to be going to
sắp đặt to organize, arrange
sắp hàng to line up
sắp sửa to be about to
sắp xếp to plan, arrange
sâm ginseng
sâm banh champagne
sầm uất crowded and bustling
sấm thunder
sấm sét thunder and lightning
sân yard, courtyard, court
sân banh football ground
sân bay airport

VIETNAMESE—ENGLISH

sân khấu stage
sâu insect, pest
sâu; sâu xa deep, profound
sầu sad, melancholic
sầu riêng durian
sẩy thai to miscarry
sấy to dry; dried
sậy reed
sẽ will, shall
sen lotus
sẹo scar
sên snail
si tình madly in love
siêng; siêng năng diligent
siết to squeeze; to embrace tighly
siêu âm supersonic; ultrasound
siêu cường superpower
siêu nhiên supernatural
siêu thanh supersonic
siêu việt transcendent
sinh to give birth to; to be born
sinh đẻ to bear children
sinh nhật birthday
sinh sản to reproduce, yield; reproduction
sinh tố vitamin
sinh tồn to survive
sinh vật creatures; animals
sinh viên university student
sình; sình lầy muddy; marshy
so sánh to compare; comparison
sọ skull
soạn to compile, compose
soi sáng to shed light on
sỏi pebble
sỏi experienced; fluently (in speech)
sói wolf
son lipstick; vermilion
son trẻ young and vigorous
song phương bilateral
song song parallel
sòng bạc casino
sóng wave
sô cô la chocolate
sổ notebook, register
sổ mũi to have a runny nose
sổ sách records, books
sổ tay notebook, diary (datebook)
sỗ sàng insolent, impertinent

số (1) number
số (2) destiny, fate
số liệu data; figures
số mệnh fate, destiny
số một number one
số phận destiny, fate
sôi to boil
sông river
sống (1) to live
sống (2) raw, unripe, uncooked
sống còn; sống sót to survive
sốt rét malaria
sơ cấp elementary, basic
sơ đồ sketch, diagram
sơ lược sketchy, cursory
sơ sinh newborn
sơ suất careless, negligent
sơ tán to evacuate
sơ ý careless, negligent
sờ; sờ mó to touch
sở service; office
sở thích taste; preference
sở thú zoo
sợ to fear, be afraid of
sợ hãi to be frightened
sợi thread; fiber
sớm early
sớm muộn sooner or late
sơn to paint; paint
sủa to bark
súc vật domestic animal
sum họp to reunite, gather
sún răng missing tooth
sung sướng happy
súng gun, rifle
suối spring, mountain stream
sụp to collapse; to crumble
sụt to decrease, drop
suy to decline
suy diễn to deduce, infer
suy đoán to guess
suy đồi depraved
suy giảm to decrease, decline
suy nghĩ to think
suy tính to weigh, calculate
suy xét to consider
suy yếu to weaken, decline
suyễn asthma
sư Buddhist monk
sư phạm pedagogy

VIETNAMESE—ENGLISH

S

sư tử lion
sử history
sử dụng to use, utilize
sử gia historian
sử học history (subject)
sứ giả messenger
sứ mệnh mission
sứ quán embassy
sự kiện event
sự thực fact; truth
sửa chữa to repair; to correct
sửa đổi to reform, modify
sửa soạn to prepare, make ready
sữa milk
sứa jellyfish
sức strength, force, power
sức ép pressure
sức khoẻ health, strength
sức nặng weight
sưng to swell
sừng horn
sững sờ to be stupefied, transfixed
sưởi to warm, oneself, bask
sườn (1) flank, side; rib (meat)
sườn (2) frame
sương giá frost
sướng happy, elated
sưu tầm to search for
sưu tập to collect; collection

T

ta I, we; our, us
tà evil
tà dâm lustful, lascivious
tà tâm evil intention
tà thuật hocus pocus
tả (1) cholera
tả (2) to describe, depict
tả (3) left, leftist
tả khuynh leftist
tã nappy, diaper
tá dozen
tá điền tenant farmer
tạ 100 kilograms; weightlifting
tác dụng effect
tác động to have an effect upon
tác giả author
tác phẩm creative works

tạc to carve, engrave
tách (1) cup
tách (2) to split, separate
tai ear
tai hại disastrous, catastrophic
tai họa disaster, catastrophe
tai nạn accident
tai tiếng scandal, bad reputation
tài talent; talented
tài chính finance; financial
tài khoá fiscal year
tài khoản account (financial)
tài liệu material, document
tài năng efficiency, ability
tài nguyên natural resources
tài sản property, assets
tài tình skilful
tài tử actor; amateurish
tài xế driver, chauffeur
tải to transport, carry
tái underdone, rare (meat); pale (complexion)
tái bản to reprint
tái bút postscript
tái cử to re-elect
tái giá to remarry
tái phạm to relapse (into crime)
tại at, in (place); because of, due to (cause)
tại sao why?
tam giác triangle; triangular
tám eight
tạm temporary
tạm biệt to say goodbye
tan (1) to dissolve; to melt, thaw
tan (2) to close, end
tan rã to disintegrate
tàn (1) ash
tàn (2) to crumble; to be dying
tàn ác wicked, heartless
tàn nhang freckles
tàn phá to devastate, ravage
tàn phế disabled
tàn sát to massacre, slaughter
tàn tật crippled
tản cư to evacuate
tán to court, flirt with
tán đồng to approve
tán thành to agree
tán thưởng to appreciate

VIETNAMESE—ENGLISH

T

tang mourning (for death)
tang gia family in mourning
tang lễ funeral
tanh fishy smelling
tao nhã refined, cultivated
táo apple
tạo hoá the Creator
tạo thành to create; to establish
tạp chí magazine, periodical
tát; tát tai to slap
tàu ship, boat
tàu chiến warship
tàu hoả train
tàu thủy ship
tay hand; arm
tay áo sleeve
tay lái steering wheel; helm
tay sai henchman, lackey
tắc xi taxi
tăm toothpick
tằm silkworm
tắm to have a shower/bath
tắm nắng to sunbathe
tăng to increase
tặng to give as a present
tặng phẩm present, gift
tắt to die out; to be extinguished;
  to switch off
tâm hồn soul, heart
tâm linh spirit, psyche
tâm tính personality, personal
  character
tâm trạng mood
tâm trí heart and mind
tầm range, scope; extent, degree
tầm thường mediocre
tẩm quất to massage
tấm broken rice
tân hôn newly-wed
tân thời modern
tần số frequency
tấn ton
tấn công to attack, assault
tận as far as, right to the spot,
  directly
tận tâm whole-hearted
tầng story, floor; layer, stratum
tầng lớp stratum, class
tập to drill, practice
tập dượt to rehearse, drill

tập luyện to drill, train
tập sự apprentice; on probation;
  probationary
tập trung to concentrate, focus
tập tục customs and norms
tất socks
tất cả all, whole
tất yếu indispensable
tật bad habit; infirmity
Tây; Tây phương the West,
  the Occident; western
tẩy chay to boycott; to ostracize
tẩy não to brainwash
tẩy uế to disinfect
té to fall
tem stamp (for mail)
tẹt flat (nose)
tê liệt paralysed
tê thấp rheumatism
tế bào cell
tế lễ to worship
tế nhị subtle, sensitive
tên (1) name; first name
tên (2) arrow
tên thánh given name, baptismal
  name
Tết New Year's Day; festival
tha to forgive; to set free
tha bổng to acquit
tha thứ to forgive
thả to set free, let out; to drop,
  cast
thách; thách thức to dare,
  challenge
thạch cao plaster
thai foetus
thải to discard, discharge; to
  dismiss
thái độ attitude
thái quá extreme, excessive
thái tử crown prince
tham to be greedy
tham dự; tham gia to take part,
  attend
tham khảo to consult
tham nhũng corrupt
tham vọng ambition
thảm carpet, tapestry
thảm cảnh tragedy
thám hiểm to explore

43

VIETNAMESE—ENGLISH

VIETNAMESE—ENGLISH

T

thám tử detective
than coal
than phiền to complain; complaint
thán phục to admire
thang ladder; scale, gamut
thang máy lift
tháng month
thanh bình peaceful
thanh lịch courteous and cultivated
thanh lọc to screen
thanh niên young people
thanh tra to inspect; inspector
thanh trừng to purge
thành (1) citadel, rampart
thành (2) to achieve
thành công to succeed
thành hôn to get married
thành kiến prejudice, bias
thành lập to found, establish
thành ngữ idiom
thành phố city, town
thành tâm sincere
thành thạo proficient
thành thực honest, sincere
thành tích achievement
thánh saint
thánh ca hymn
thánh giá the Cross
thánh lễ mass
thảo luận to discuss
thảo mộc vegetation, plants
tháo to take off, undo, take down
tháo lui to withdraw
thạo to be proficient, skilled, experienced
tháp tower
thay to change; to replace, substitute
thay đổi to change; change
thay mặt on behalf of
thay thế to replace, substitute
thay vì instead of
thắc mắc to make inquiries
thăm to visit
thăm dò to survey, probe
thắm thiết very warm; passionate
thằn lằn lizard
thăng bằng balance
thẳng straight; straightforward

thẳng đứng vertical
thắng to win
thặng dư surplus
thắt to tie, fasten
thắt lưng belt
thâm niên seniority
thầm lặng silent musing
thẩm mỹ esthetic
thấm to absorb; to suck
thân (1) body, trunk, stem
thân (2) intimate, dear
thân (3) pro, in favor of
thân hữu relatives and friends
thân mật intimate, friendly
thân nhân relation, relative
thân thể body
thân thiện friendly
thần kinh nervous system; nerves
thần thoại mythology; mythological
thận kidney
thận trọng cautious
thấp low
thập cẩm miscellaneous
thập phân decimal
thập tự cross
thất bại to fail, be unsuccessful
thất học illiterate
thất lạc to lose; lost, missing
thất tình lovesick, lovelorn
thất vọng to desperate
thật true, real, genuine
thầu khoán contractor
thầy male teacher
thầy bói fortune teller
thầy thuốc physician, medical doctor
thầy tu priest, monk
thấy to see; to perceive; to find
thẻ card; tag
thèm to crave
then latch
then chốt pivotal, key
thẹn to feel ashamed
theo to follow
theo đuổi to pursue
thẹo scar
thép steel
thề to swear, vow
thể diện face, prestige
thể dục physical education

thể lệ regulation
thể thao sports
thể thức way, manner
thế giới world
thế hệ generation
thế kỷ century
thế lực power, influence
thế nào how?
thế vận hội Olympic Games
thêm to add
thêu to embroider; embroidery
thi to compete, race; to sit for an exam; examination, competition
thi ca poetry
thi hành to implement, execute
thi sĩ poet
thi thể corpse
thì giờ time
thí dụ example; for example, for instance
thí nghiệm to experiment; experiment
thí sinh candidate
thị giác sight (faculty)
thị thực to certify; be certified; visa
thị trường market
thị trưởng mayor
thích to like; to be fond of
thích hợp suitable
thích thú to be interested in
thiếc tin (metal)
thiên bẩm inborn
Thiên Chúa God (Christian)
thiên đường paradise
thiên nga swan
thiên nhiên nature; natural
thiên tai natural disaster
thiên tài genius
thiện good, kind
thiện cảm sympathy
thiện chí goodwill
thiêng liêng sacred
thiếp card, business card
thiết kế to design; design
thiết lập to establish
thiết thực pratical
thiết yếu indispensable, essential
thiệt real, genuine
thiệt hại to suffer, damage; loss, damage

thiệt mạng to lose one's life
thiêu to burn, cremate
thiểu số minority
thiếu to be short of, lack; to owe
thiếu nhi children
thiếu niên male teenagers
thiếu nữ female teenagers
thím aunt (father's younger brother's wife)
thình lình suddenly
thính keen, sharp, sensitive (senses)
thính giác hearing (faculty)
thịnh prosperous, thriving
thịnh hành to be popular
thịt meat, flesh
thiu stale (food)
thỏ rabbit; hare
thọ to live long; longevity
thoa to rub, apply
thoả to satisfy; to be satiated
thoả đáng satisfactory
thoả hiệp to reach a compromise
thoả mãn to be satisfied
thoải mái comfortable, at ease
thoát to escape; escape
thoi shuttle
thói quen habit
thô lỗ rough, rude
thổ dân minority ethnic group
thổ ngữ dialect
thôi to stop
thổi to blow
thối (1) to stink
thối (2) to give back as change
thông pine
thông báo to inform; notice
thông cảm to sympathize with
thông cáo notice; announcement
thông dụng commonly used
thông điệp message
thông minh clever, intelligent
thông qua to approve, ratify
thông tấn xã news agency
thông thạo to be proficient at
thông thường common, usual
thông tin to communicate, inform
thông tín viên correspondent
thống đốc governor

VIETNAMESE—ENGLISH

T

thống kê statistics
thống nhất to unify; unification, reunification
thống trị to rule, dominate
thơ poem, poetry, verse
thờ to worship
thở to breathe
thợ worker
thợ bạc goldsmith
thợ cắt tóc barber, hairdresser
thợ điện electrician
thợ giày shoemaker
thợ lặn diver
thợ may tailor
thợ máy mechanic
thợ mộc carpenter
thợ nề bricklayer
thợ sơn painter
thợ tiện turner
thời time, period
thời đại era, age
thời dụng biểu timetable, schedule
thời hạn time limit, deadline
thời sự current events
thời tiết weather
thời trang fashion
thơm (1) pineapple
thơm (2) sweet-smelling
thớt chopping board; chopping block
thu (1) autumn, fall
thu (2) to collect; to recall; to record
thu hoạch to harvest, reap
thu hút to attract
thu xếp to arrange, settle
thù địch hostile
thù lao fee, remuneration
thủ đô capital
thủ lĩnh; thủ lãnh leader
thủ quỹ treasurer
thủ tục procedure, formalities
thủ tướng prime minister
thú pleasure; interest
thú; thú nhận to confess
thú; thú vật animal, beast
thú vị pleasurable, interesting, delightful
thú vui pleasure

thụ động passive
thụ thai to conceive, become pregnant
thuần túy pure
thuận lợi favorable
thuận tiện favorable; convenient
thúc ép to force, coerce
thuê to hire, rent
thuế tax
thung lũng valley
thùng cask, barrel
thúng basket
thuốc medicine; tobacco
thuốc bắc Chinese medicinal herbs
thuốc độc poison, toxic substance
thuốc nam Vietnamese medicinal herbs
thuốc ngủ sleeping pill
thuốc phiện opium
thuốc xổ laxative
thuộc (1) to know by heart
thuộc (2) to belong to
thuộc địa colony
thủy sản sea product
thủy thủ sailor
thủy tinh glass
thủy triều tide
thuyên chuyển to transfer
thuyền boat
thuyết phục to persuade, convince
thư letter (mail)
thư mục bibliography
thư từ correspondence, letters
thử to test, try
thử thách to put to a trial, test
thứ tự order
thừa spare, more than enough
thừa nhận to recognize
thức to be awake
thức dậy to get up
thực true, genuine
thực dụng pragmatic; pragmatism
thực hành to practice, implement; practice
thực hiện to carry out, implement; implementation
thực phẩm groceries, foodstuff

VIETNAMESE—ENGLISH

thực tại; thực tế reality
thực thà truthful, honest
thước ruler; measure
thước dây measuring tape
thước kẻ ruler
thương to love; to have pity on
thương gia businessperson
thương lượng to negotiate; negotiation
thương mại commerce, trade
thương tiếc to grieve
thương yêu to love
thường (1) ordinary; frequent, usual; average; frequently, often
thường (2) to pay compensation
thường dân ordinary person; civilian
thường niên annual, yearly
thường xuyên constant, regular; regularly, often
thưởng to reward; reward, award
thưởng thức to enjoy
thượng đế God, the Creator
tỉa to trim, prune
tích cực positive; diligent, active
tịch thu to confiscate
tiếc to regret, be sorry
tiệc banquet, feast, party
tiêm to inject
tiệm shop
tiên fairy
tiên đoán to predict, foretell
tiền; tiền bạc money
tiền cọc deposit
tiền công salary
tiền lẻ small change
tiền lệ precedent
tiền lương salary, wages
tiền mặt cash
tiền tệ currency
tiến bộ to progress, make progress
tiến sĩ doctorate
tiến trình process
tiện; tiện lợi convenient, handy
tiện nghi facilities
tiếng sound; word; voice; language
tiếng động noise
tiếng lóng slang

tiếp (1) to receive
tiếp (2) to continue
tiếp diễn to continue
tiếp đón to receive, welcome
tiếp theo to continue, ensue
tiếp tục to continue
tiếp xúc to contact
tiết kiệm to economize, save; economical
tiết lộ to reveal
tiết mục item (in a performance)
tiêu (1) to spend
tiêu (2) pepper
tiêu (3) to digest
tiêu biểu to symbolize; symbolic
tiêu chuẩn standard, criterion
tiêu cực negative
tiêu dùng; tiêu thụ to consume; consumer
tiểu bang state
tiểu học primary education
tiểu luận essay
tiểu sử biography
tiểu thuyết novel, fiction
tiểu thương small business people
tiểu tiện to urinate
tiếu lâm humorous
tim heart
tìm to seek, look for
tím purple, violet
tin (1) news, information
tin (2) to believe
tin cậy to trust
tín dụng credit
tín đồ believer
tín ngưỡng belief, creed
tinh thần spirit
tinh trùng sperm
tinh vi sophisticated; subtle
tinh xảo ingenious
tình love, affection; feeling
tình ái love, passion
tình báo espionage, intelligence
tình cảm feeling, sentiment
tình cờ accidentally, by chance
tình dục sexual desire
tình hình situation
tình nguyện to volunteer; voluntary

VIETNAMESE—ENGLISH

tình nhân lover
tình trạng situation
tình yêu love, attachment, affection
tỉnh (1) province
tỉnh (2) to be conscious; to be awake; to become sober
tĩnh quiet
tính nết character, nature
tính toán to calculate; to plan
tò mò curious, inquisitive
tỏ ra to show, prove
tỏ vẻ to seem, appear, look
toa carriage, compartment (train)
toa; toa thuốc prescription
toà; toà án court, tribunal
toàn bộ whole
toàn quốc nationwide, the whole country
toán; toán học mathematics
tóc hair
tỏi garlic
tóm lại in brief
tóm tắt to summarize
tô big bowl
tô điểm to embellish; to decorate
tổ nest; group, team
tổ chức to organize; organization
tổ quốc native land
tổ tiên ancestors
tố cáo to accuse; to expose, denounce
tốc độ speed, velocity
tốc hành express
tốc ký shorthand
tôi I, me
tối night, evening; dark
tối đa maximum; maximal
tối thiểu minimum; minimal
tội sin; offence; guilt
tội ác crime
tội lỗi sin, guilt
tội nhân sinner; criminal, convict
tội phạm criminal
tôm shrimp
tôn giáo religion
tôn kính to venerate, revere
tốn to cost
tổng cộng total
tổng giám đốc general director

tổng lãnh sự consul general
tổng quát general, comprehensive
tổng thống president (of republic)
tổng thư ký general secretary
tổng tuyển cử general election
tốt good; well
tốt lành auspicious
tốt nghiệp to graduate
tờ sheet
tới to arrive, come
tra to consult, look up (words in a dictionary)
tra tấn to torture
trà tea
trả to return, give back; to pay
trả lời to answer, reply
trả thù to revenge, avenge
trách mắng to scold
trách nhiệm responsibility
trai male
trải to spread, lay
trái (1) fruit
trái (2) left; wrong; contrary
trái lại on the contrary
trái ngược contrary, opposite
trái phép unlawful, illegal
trại camp; farm; barracks
trán forehead
trang page
trang bị to equip
trang điểm to make up, embellish
trang hoàng to decorate
trang nghiêm solemn
trang sức to adorn
trang trí to decorate
tráng miệng to have a dessert
tranh painting, picture
tranh đấu to struggle
tranh luận to debate; debate
tránh to avoid
trao to hand, give
trao đổi to exchange
trăm hundred
trăng moon
trăng mật honeymoon
trắng white
trầm trọng serious
trân trọng respectful
trần ceiling
trần truồng naked, nude

VIETNAMESE—ENGLISH

trận battle, struggle
trình bày to present, demonstrate; presentation
trình độ level, standard
tro ash
trò chơi game
trói to bind, tie
tròn round, circular
trong (1) clear
trong (2) in, inside, among
trọng to think highly of
trọng lượng weight
trọng tài umpire, referee, arbitrator
trôi to be washed along, be afloat; to pass, elapse
trộm to steal
trốn to hide; to run away, flee
trộn to mix, blend
trông to look
trông đợi to long for, expect
trông nom to look after
trồng to grow, plant
trống (1) drum
trống (2) empty, unoccupied, vacant
trở to turn, change
trở lại to return
trở nên to become, turn
trở ngại to hinder, impede; hindrance, impediment
trở về to come back
trời sky, heaven; weather
trơn smooth, even; slippery
trú ngụ to reside
trụ sinh antibiotic
trục xuất to expel, deport
trùm (1) to cover
trùm (2) chieftain, leader, head (of a gang)
trung bình average
trung cấp mid-level
Trung cổ the Middle Ages
trung học secondary education
trung lập neutral
trung lưu middle-class
trung tâm center
trung thành loyal, faithful
trung ương central
trúng (1) to hit

trúng (2) to win
trúng cử to be elected
trúng độc to be poisoned
trúng giải to win a prize
trúng số to win a lottery prize
truyền to transmit, communicate; to hand down
truyền bá to propagate, disseminate
truyền đơn leaflet
truyền hình to televise; television
truyền thống tradition; traditional
truyện novel, story
trừ to subtract; to eliminate
trưa noon, midday
trực to be on duty, keep watch
trực thăng helicopter
trực tiếp direct
trưng bày to display, exhibit
trừng phạt to punish; punishment
trứng egg, spawn
trước (1) before, ahead
trước (2) past, last
trước hết first of all, first and foremost
trước khi before (time)
trước kia in the past
trường hợp circumstance, case
trượt to slip, skid
trượt băng to skate
trượt tuyết to ski
tù prison, gaol
tù binh prisoner of war
tủ cabinet, cupboard, wardrobe
tủ lạnh refrigerator
tủ sách bookcase
tủ sắt safe
tú tài high school graduate; baccalaureate
tụ họp to gather; to meet
tuần; tuần lễ week
tuần tự by turns
tục ngữ proverb, saying
tục tĩu obscene
túi pocket; purse, bag
tuổi age; years of age
tuổi thơ childhood
tuổi trẻ youth
tuột to slip, slide
tuy nhiên however, nevertheless

VIETNAMESE—ENGLISH

tùy to depend on, rely on
tùy thích; tùy ý at one's own will
tuyên bố to announce, declare; declaration
tuyên ngôn declaration, proclamation
tuyển; tuyển dụng to recruit; recruitment, placement
tuyển; tuyển lựa to select
tuyết snow
tuyệt excellent
tuyệt đối absolute
tuyệt tác masterpiece
tuyệt thực to go on hunger strike
tuyệt vọng to lose all hope
tư private, personal
tư bản capital; capitalism
tư cách status
tư nhân private (ownership)
tư pháp justice (department)
tư tưởng thought, ideology
từ word
từ bỏ to renounce, disown; to give up
từ chức to resign
từ điển dictionary
từ giã to say goodbye to
từ thiện charitable; charity
từ trần to pass away
từ từ slow, deliberate
tử cung uterus
tử hình capital punishment, death penalty
tử tế kind, decent
tử trận to be killed in action
tử vi horoscope
tự do free; liberal
tự động automatic
tự học to teach oneself
tự lập self-made, independent
tự nguyện voluntary
tự nhiên natural
tự tin confident
tự tử to commit suicide; suicide
tự vệ to defend oneself
tựa (1) preface, foreword
tựa (2) to lean against
tức to feel angry, upset
tức cười ridiculous

tức khắc at once, immediately
tước đoạt to dispossess
tươi (1) fresh; cheerful, bright
tưới (2) to water, sprinkle, irrigate
tương soy sauce
tương đối relative
tương đương equivalent
tương lai future
tương phản to contrast; contrasting
tương tự similar
tường wall
tường thuật to relate; to give an account
tưởng nhớ to think of
tưởng tượng to imagine
tượng trưng to symbolize
tửu quán tavern
tỷ billion
tỷ giá exchange rate
tỷ lệ rate, ratio, proportion
tỷ số rate; ration; score
tỷ trọng density

U

u ám dark, overcast
u mê dull, stupid
u sầu sullen, melancholic
ủ to keep warm, cover warmly
úa to become yellow (plant)
uể oải slack, sluggish
ủi to iron, press
ung thư cancer
ủng hộ to support
uốn to bend, curl, curve
uống to drink
út smallest, youngest (child in the family)
uy hiếp to intimidate
uy tín prestige, credit
ủy ban committee
ừ yeah
ứ đọng stagnant
ưa to like; to be fond of
ức chest
ức hiếp to bully
ưng to agree, accept
ưng thuận to agree
ứng to advance (money)

VIETNAMESE—ENGLISH

ứng cử to stand for, run for (position in an election)
ứng dụng to apply; application
ước wish
ước chừng; ước lượng to estimate
ước mong to wish, yearn
ước mơ to dream, wish
ước vọng aspiration
ướp lạnh to freeze
ướt wet
ưu đãi to give a privilege to
ưu điểm good point, strong point
ưu tiên priority
ưu tú of the best ability
ưu tư worried

V

va chạm to be in conflict
va li suitcase
va ni vanilla
và and
vá to mend, repair (clothes)
vác to carry one one's shoulder
vách wall
vạch mark, draw
vai (1) shoulder
vai (2) role, part
vai trò role, part
vài some; a few
vải (1) cloth, fabric
vải (2) lychee
vắt to squeeze (lemon)
vân vân et cetera
vần (1) syllable
vần (2) rhyme; to rhyme
vẩn vơ aimless, idle
vẫn still
vấn đề question, problem, issue, subject
vận chuyển; vận tải to transport; transportation
vâng (1) to obey, comply with
vâng (2) yes
vất vả hard, strenuous
vật (1) thing; being
vật (2) to wrestle
vật chất matter; material
vật dụng utensil; appliance

vật giá price of goods
vật liệu material
vậy so, thus
vậy nên therefore
ve vãn to flirt
vẻ appearance, look
vẻ vang glorious
vẽ to draw, paint
vé ticket
vẹt parrot
về (1) to return, come back
về (2) about, on
về (3) as for, as to
về hưu to retire
vệ sinh hygiene; hygienic
vệ tinh satellite
vết thương wound
vi phạm to violate, break
vi trùng bacteria
vì because of, for the sake of
vì sao why?
vì thế therefore
vĩ cầm violin
vĩ đại great
ví wallet, purse
ví dụ example
vị taste
vị giác taste (faculty)
vị thành niên minor
vị trí position, place
vỉa hè sidewalk, pavement, footpath
việc business, affair; job; incident; matter
việc làm job; act, action, deed
viên pill, pellet
viện institute; chamber
viện trợ to aid; aid, assistance
viện trưởng head of an institute
viếng to visit; to pay a visit of homage/condolence
viết to write
Việt hoá to Vietnamize
Việt kiều overseas Vietnamese
Việt ngữ Vietnamese language
vinh dự honor
vinh quang glory; glorious
vĩnh viễn permanent; everlasting, eternal
vịnh gulf, bay

VIETNAMESE—ENGLISH

vịt duck
vỏ outer cover; shell; peel
voi elephant
vòng circle, ring; necklace; round
vòng quanh round; around
vòng tròn circle, ring
võng hammock
vô căn cứ unfounded, unjustified
vô cùng extreme, endless
vô dụng useless, worthless, good for nothing
vô duyên ungraceful
vô địch invincible, unvanquishable; champion
vô điều kiện unconditional
vô giá invaluable, priceless
vô giá trị valueless, worthless
vô hại harmless
vô hạn boundless, infinite
vô hiệu ineffective, inefficacious
vô hình invisible
vô học uneducated
vô ích useless, futile
vô lý absurd
vô nghĩa meaningless
vô phép impolite
vô phúc unhappy, unfortunate
vô sự unharmed, unhurt
vô tội innocent, guiltless
vô tuyến truyền hình television
vỗ to clap
vỗ tay to clap one's hands, applaud
vỗ về to comfort
vôi lime
vội; vội vã to be in a hurry, to hasten
vốn; vốn liếng capital (finance)
vở kịch play
vỡ to break
vớ sock; stockings
vợ wife
với (1) to reach
với (2) with
vớt to pick up (from the water); to save from drowning
vợt (1) net
vợt (2) racket
vu cáo to slander, falsely accuse
vũ khí weapon, armament
vũ nữ female dancer, ballerina

vũ trụ universe, cosmos
vú breast; wet nurse
vụ (1) season, crop
vụ (2) incident, case
vua king; monarch
vui joyful, happy, glad
vui đùa to play; to amuse oneself
vui lòng to be pleased, gratified
vui mừng merry, happy
vui thú to take pleasure to
vui tươi happy and cheerful
vui vẻ merry, cheerful
vùng area, zone, region
vuông square; right angle
vừa (1) moderate; just right
vừa (2) to fit
vừa lòng pleased, satisfied
vừa mới just now, just
vừa phải reasonable, moderate
vững vàng stable, firm
vườn garden
vườn trẻ kindergarten
vượt to overtake; to cross; to pass, surpass; to overcome
vứt; vứt bỏ to throw away

X

xa far
xa cách distant, far away
xa hoa luxurious
xa lạ strange, foreign, alien
xa lánh to keep away from
xa lộ highway
xa xỉ luxurious
xà bông soap
xà lách salad
xả to rinse; to let out
xã hội society
xác chết corpse
xác định to affirm
xác nhận to confirm
xách to carry by hand
xài to use, spend, consume
xám gray
xanh blue-green; pale
xanh da trời blue
xanh lá cây green
xào to stir-fry
xáo trộn to mix up, confuse

VIETNAMESE—ENGLISH

xạo unreliable
xảy ra to happen, occur, take place
xắc bag
xăng petrol (gasoline)
xắt to slice
xâm tattoo
xâm chiếm; xâm lăng to invade
xâm nhập to infiltrate, trespass
xâm phạm to encroach
xấu ugly; of poor quality; bad
xấu hổ ashamed; shy
xây; xây dựng to build, construct; construction
xe vehicle, automobile
xe buýt bus
xe ca coach
xe đạp bicycle
xe điện ngầm subway
xe gắn máy moped
xe lửa train
xe tải truck, lorry
xe tắc xi taxicab
xẻ to cut; to saw
xé to tear to pieces
xem to look at, watch, view
xẹp flat
xét (1) to consider; xét
xét (2) to search
xếp (1) to arrange
xếp (2) to fold
xếp đặt to organize, arrange
xì líp panties, briefs
xi măng cement
xi nê cinema, movies
xi rô syrup
xì dầu soy sauce
xì gà cigar
xí nghiệp enterprise, firm
xia to pick (teeth)
xích đạo equator
xích đu swing
xích mích to be in disagreement
xiếc; xiệc circus
xiên sloping, slanting, oblique
xin to ask for, apply for
xin lỗi to ask forgiveness; sorry; excuse me
xin việc to apply for a job
xinh; xinh đẹp pretty, attractive

xinh xắn nice
xịt to spray, hose
xỉu to faint
xoa bóp to massage
xoa dịu to soothe, comfort
xoá to cross out; to delete; to erase
xoá bỏ to wipe out, eradicate
xoài mango
xóm giềng neighborhood, neighbors
xong xuôi to be completed
xô to push
xô đẩy to jostle
xôi steamed sticky rice
xu penny
xu hướng tendency, inclination
xuân spring (season)
xuất to pay out
xuất bản to publish
xuất cảng; xuất khẩu to export
xuất ngoại to go overseas
xuất phát to start; to depart
xuất sắc eminent, excellent
xuất trình to show
xúc động moved
xúc xích sausage
xui unlucky
xui; xúi; xúi giục to incite
xuồng boat
xuống to go down; to lower
xúp soup
xuyên to go through
xứ sở land, homeland
xưa ancient, old
xưa kia formerly
xưa nay always
xức to wear (perfume)
xưng hô to address (someone)
xương bone
xương sống backbone
xương sườn rib
xưởng factory, workshop

Y

y; y học medicine
y phục clothes, clothing
y sĩ physician
y tá nurse

VIETNAMESE—ENGLISH

y tế medical service, health service
ỷ; ỷ lại to rely passively on
ý idea, thought, view; intention
ý định intention
ý kiến opinion
ý muốn volition, desire
ý nghĩ thought
ý nghĩa meaning, sense
yên quiet, motionless
yên lành peaceful
yên lặng quiet, calm, silent

yên ổn peaceful; orderly
yên tâm to be assured
yêu to love, to be in love with
yêu cầu to require; to request
yêu chuộng to love; to favor
yêu dấu beloved
yêu đời optimistic
yêu đương love
yêu mến to love, cherish
yêu thích to be fond of
yếu đuối weak, feeble
yếu tố element, factor

VIETNAMESE—ENGLISH

English–Vietnamese

A

abdomen ngực
able to khả năng
about (approximately) khoảng
about (regarding) về
above, upstairs trên
abroad ở nước ngoài
absent vắng
accept, to nhận
accident tai nạn
accidentally, by chance ngẫu nhiên
accommodations chỗ ở
accompany, to đi cùng
account tài khoản
according to theo
accuse, to buộc tội
ache đau
ache, to đau
acquaintance người quen
acquainted, to be làm quen
across (road, river) bên kia đường, sông
across from đối diện
act, to đóng vai (theater)
action hành động
activity hoạt động
actually thực ra
add, to cộng
address địa chỉ
admire, to phục
admit, confess khai
adult người lớn
advance, go forward tiến
advance money, deposit tiền đặt trước
advice lời khuyên
advise, to khuyên
aeroplane máy bay
affect, to ảnh hưởng
affection tình cảm
afford, to mua được
afraid sợ
after sau

afternoon (3 pm to dusk) buổi chiều
afternoon (midday) buổi trưa
afterwards, then sau đó
again lại, nữa
age tuổi
ago cách đây
agree, to đồng ý
agree to do something, to đồng ý làm
agreed! được!
agreement hiệp định
air không khí
air-conditioning máy lạnh
airmail thư gửi máy bay
airplane máy bay
airport sân bay
alcohol, liquor rượu
alike như
alive sống
all tất cả
alley, lane ngõ
allow, permit cho phép
allowed to được phép
almost hầu như
alone một mình
already rồi
also cũng
altogether, in total tất cả
although mặc dù
always luôn luôn, bao giờ cũng
ambassador đại sứ
America Mỹ
American (person) người Mỹ
among trong
amount số lượng
ancestor tổ tiên
ancient cổ
and và
anger sự tức giận
angry tức giận
animal động vật
ankle mắt cá
annoyed bực mình

ENGLISH–VIETNAMESE

A

another (different) khác
another (same again) nữa
annual hằng năm
answer, response trả lời
answer the phone cầm máy
answering machine máy nhắn tin
antiques đồ cổ
anus dít
anybody, anyone ai
anything cái gì
anywhere ở đâu
apart riêng biệt
apartment căn hộ
ape khỉ, vượn
apologize, to xin lỗi
apparently hình như
appear, become visible xuất hiện
appearance, looks hình dáng, vẻ
apple táo
appliance, electrical đồ dùng điện
apply, to (for permission) xin
appointment cuộc hẹn
approach, to (in space) đến
approach, to (in time) đến
appropriate xứng đáng
approximately khoảng, gần
April tháng tư
architecture kiến trúc
area khu
argue, to cãi
argument cuộc tranh luận
arm tay
armchair ghế bành
army quân đội
around (approximately) khoảng
around (nearby) gần
around (surrounding) xung quanh
arrange, to sắp xếp, tổ chức
arrangements, planning sự sắp xếp
arrival sự đến
arrive, to đến
art mỹ thuật
article (in newspaper) bài báo

artificial nhân tạo
artist nghệ sĩ
as soon as possible càng sớm càng tốt
as well còn nữa
ashamed, embarrassed xấu hổ
Asia châu Á
ask about, to hỏi
ask for, request xin
asleep ngủ
assemble, gather tập hợp
assemble, put together lắp ráp
assist, to giúp
assistance trợ giúp
astonished ngạc nhiên
at ở
at home ở nhà
at night ban đêm
at once ngay
at the latest muộn nhất
atmosphere, ambience không khí
attack (in war) tấn công
attack (with words) chê bai, lên án
attain, reach đạt
attempt sự cố gắng
attempt, to cố gắng
attend, to dự
attitude thái độ
attractive xinh
aubergine, eggplant cà
auction, to bán đấu giá
auctioned off bán đấu giá
August tháng tám
aunt cô, bác, dì
Australia Úc
Australian (person) người Úc
authority (person in charge) nhà chức trách
authority (power) quyền
automobile, car xe ô tô
autumn mùa Thu
available có sẵn
available, to make làm sẵn
average (numbers) trung bình
average (so-so, just okay) bình thường
awake thức

ENGLISH—VIETNAMESE

awake, wake up thức dậy
awaken, wake someone up
 đánh thức
aware nhận thức
awareness sự nhận thức

B

baby cháu bé
back (part of body) lưng
back, rear phía sau
back, to go về
back, to lùi
backup, to hỗ trợ
backward thụt lùi
bad không tốt
bad luck rủi ro
bag túi
baggage hành lý
bake, to nướng
baked nướng
bald hói
ball bóng, bi (in ball bearings)
ballpoint bút bi
banana chuối
bandage băng
bank (finance) ngân hàng
bank (of river) bờ
banquet bữa tiệc
bar (blocking way) ngăn chặn
bar (serving drinks) quán rượu
 (inn); quầy rượu (counter)
barber thợ cắt tóc
barely suýt
bargain, to mặc cả
barren hoang vu, cằn cỗi
base, foundation nền tảng
based on dựa vào
basic cơ bản
basis cơ sở, nền tảng
basket rổ
basketball bóng rổ
bath (tub) bồn tắm
bathe, take a bath tắm
bathe, swim tắm
bathrobe áo choàng sau tắm
bathroom (to bathe) phòng tắm
bathroom (toilet) nhà vệ sinh
battery (car) bình ác quy
battery (flashlight) pin

battle trận đấu
bay vịnh
be, exist tồn tại
beach bãi cát
bean đậu
beancurd đậu phụ, đậu hũ
beard râu
beat (to defeat) thắng
beat (to strike) đánh
beautiful đẹp
because vì
become, to trở thành
bed giường
bedroom phòng ngủ
bedsheet khăn trải giường
beef thịt bò
beer bia
before (in front of) phía trước
before (in time) trước
beforehand, earlier trước đó
begin, to bắt đầu
beginning thời điểm bắt đầu
behave cư xử
behind đàng sau
belief, faith niềm tin
believe, to tin
belong to thuộc
belongings đồ đạc
below, downstairs tầng dưới
belt thắt lưng
beside bên cạnh
besides ngoài ra
best tốt nhất
best wishes chúc may mắn
better tốt hơn
better, get (be cured) khỏi
 bệnh
better, get (improve) đỡ
between giữa
bicycle xe đạp
big lớn, to
bill hóa đơn
billion tỷ
bird chim
birth, to give sinh ra
birthday sinh nhật
biscuit (salty, cracker) bánh
biscuit (sweet, cookie) bánh
 ngọt
bit (part) phần nhỏ, miếng nhỏ

B

bit (slightly) ít; hơi
bite, to cắn
bitter đắng
black mầu đen
black beans đậu đen
bland nhạt
blanket chăn
blind mù
blood máu
blouse áo sơ mi phụ nữ
blue mầu xanh
board, to (bus, train) đáp
boat thuyền
body cơ thể
boil, to luộc, nấu, đun; sôi (water)
boiled luộc (food); chín (water)
bon voyage! thượng lộ bình an!
bone xương
book sách
border (between countries) biên giới
border (edge) bờ, rìa, viền
bored chán nản
boring chán
born, to be sinh
borrow, to mượn
boss sếp
botanic gardens vườn bách thảo
both cả hai
both … and cả … và
bother, disturb quấy rối
bother, disturbance sự rối loạn
bottle chai
bottom (base) đáy
bottom (buttocks) mông
boundary, border biên giới
bowl bát
box (cardboard) hộp giấy bồi
box (case) hộp, thùng
boy con trai
boyfriend bạn trai
bra xu chiêng, nịt ngực
bracelet vòng tay
brain não
brake phanh, thắng
brake, to phanh, thắng
branch cành
brave, daring dũng cảm

bread bánh mì
break, shatter vỡ
break apart, to phá vỡ
break down, to (car, machine) bị hỏng
breakfast, morning meal bữa ăn sáng
breakfast, to eat ăn sáng
breasts vú
bride cô dâu
bridegroom chú rể
bridge cầu
brief ngắn
briefcase cặp da
briefs quần đùi
bright sáng
bring, to mang theo
bring up (children) nuôi
bring up (topic) đề cập
British Anh, người Anh
broad, spacious rộng
broadcast, program chương trình
broadcast, to phát
broccoli cải hoa xanh
broken, does not work, spoiled hỏng
broken, snapped (of bones, etc.) gãy
broken off bị gãy
bronze thau
broom chổi
broth, soup canh
brother anh, em
brother-in-law (of a man) anh, em vợ
brother-in-law (of a woman) anh, em chồng
brown mầu nâu
bruise vết bầm
brush chải
brush, to chải, đánh
bucket thùng
Buddhism Phật giáo
Buddhist người theo đạo Phật
buffalo (water buffalo) trâu
build, to xây dựng
building tòa nhà
burn, to cháy, đốt
burned (injury) bị cháy

ENGLISH—VIETNAMESE

C

burned down, out cháy rụi
Burma Mianma, Miến Điện
Burmese (person) người Mianma
bus xe buýt
bus station bến xe
business công ty, doanh nghiệp
businessperson nhà doanh nghiệp
busy (crowded) đông người
busy (doing something) bận
busy (telephone) bận
but nhưng
butter bơ
butterfly bướm
buttocks mông
buy, to mua
by (author, artist) của
by means of bằng

C

cabbage cải
cabbage, Chinese cải thìa
cake, pastry bánh ngọt
calculate tính
calculator máy tính
call, summon gọi
call on the telephone gọi điện thoại
called, named gọi là
calm bình tĩnh
Cambodia Căm pu chia
Cambodian (language) tiếng Khmer
Cambodian (person) người Khmer
camera máy ảnh; máy quay phim
can, be able to có thể
can, may có thể
can, tin lon
cancel hủy bỏ
candle nến
candy, sweets kẹo
capable of, to be có khả năng
capital (of country) thủ đô
capital (of province) thủ phủ
capture, to bắt
car, automobile xe ô tô
cardboard giấy bồi

cards (game) cỗ bài
care for, love yêu thương
care of, to take chăm sóc
careful! cẩn thận
carpet thảm
carrot cà rốt
carry, to mang, vác, xách (by arms); chở (by vehicles)
cart (horsecart) xe ngựa
cart (pushcart) xe thồ
carve, to chạm, khắc
carving tác phẩm chạm
cash, money tiền mặt
cash a check, to lĩnh séc
cassette băng ghi âm
cat mèo
catch, to bắt
cauliflower cải hoa
cause nguyên nhân
cautious thận trọng
cave hang
CD đĩa CD
CD-ROM đĩa CD-ROM
ceiling trần nhà
celebrate, to ăn mừng, kỷ niệm
celery cần tây
cell phone điện thoại di động
center, middle trung tâm, giữa
center (of city) trung tâm
central trung ương
century thế kỷ
ceremony lễ hội
certain, sure chắc chắn
certainly! chắc chắn
certificate bằng, chứng chỉ
chair ghế
challenge thách thức
champion vô địch
chance, opportunity cơ hội
chance, by ngẫu nhiên
change, small tiền lẻ
change, to (conditions, situations) thay đổi
change, exchange (money) đổi tiền
change, switch (clothes) thay
change one's mind đổi ý
character (personality) cá tính
character (written) chữ
characteristic tính cách

C

chase, to duổi
chase away, chase out duổi ra
cheap rẻ
cheat, to ăn gian
cheat, someone who cheats kẻ ăn gian
check, verify kiểm tra
checked (pattern) ca rô
cheek má
cheers! trăm phần trăm! xin mời nâng ly!
cheese phó mát
chess cờ
chest (box) hòm, tráp
chest (breast) ngực
chew, to nhai
chicken gà
child (offspring) con
child (young person) trẻ con, trẻ em
chili pepper ớt
chili sauce tương ớt
chilled lạnh
chin cằm
China Trung Quốc
Chinese người Trung Quốc, người Hoa
chocolate sô cô la
choice sự lựa chọn
choose, to chọn
chopsticks dũa
Christian (Catholic) người theo đạo Thiên Chúa
Christian (in general) người theo đạo Cơ Đốc
Christianity (Catholicism) Thiên Chúa giáo
Christianity (in general) Cơ đốc giáo
Christianity (Protestantism) Tin lành
church nhà thờ
cigar xì gà
cigarette thuốc lá
cilantro, coriander rau mùi
cinema rạp chiếu phim
circle vòng
citizen công dân
citizenship quốc tịch
citrus cam quýt

city thành phố
class, category loại
classes (at university) lớp
clean sạch
clean, to đánh sạch
cleanliness sạch sẽ
clear (of weather) quang
clever khéo
climate khí hậu
climb onto, into lên
climb up (hills, mountains) leo, trèo
clock đồng hồ
close, to cover che; đóng kín
close to, nearby gần
close together, tight chật
closed (door) đóng
closed (shop) đóng cửa
closed (road) cấm
cloth vải
clothes, clothing quần áo
cloudy, overcast mây
cloves nụ hoa
coat, jacket áo khoác
coat, overcoat áo choàng
coconut dừa
coffee cà phê
coin tiền đồng
cold lạnh
cold, flu cảm
colleague, co-worker đồng nghiệp
collect payment, to thu tiền
collide, to dâm sầm, va, dụng
collision cuộc dâm sầm, sự va dụng
colour mầu
comb lược
come, to đến
come back về
come in vào
come on, let's go đi chứ
comfortable thoải mái
command, order ra lệnh
command, to chỉ huy
common, frequent phổ biến, thường xuyên
company, firm công ty
compare, to so sánh
compared with so với

ENGLISH—VIETNAMESE

compete, to cạnh tranh
competition cuộc thi đấu
complain, to phàn nàn, khiếu nại
complaint đơn khiếu nại
complete (finished) xong
complete (thorough) trọn vẹn
complete (whole) toàn bộ
complete, to làm xong, hoàn thành
completely hoàn toàn
complicated phức tạp
compose, write (letters, books, music) sáng tác
composition, writings tác phẩm
compulsory bắt buộc
computer máy vi tính
concentrate, to tập trung
concerning về
condition (pre-condition) điều kiện
condition (status) hoàn cảnh, tình hình
confectionery bánh kẹo
confidence niềm tin
confidence, to have tin tưởng
Confucianism Nho giáo
confuse, to lầm
confused (in a mess) lộn xộn
confused (mentally) bối rối
confusing rắc rối
congratulations! chúc mừng
connect together, to nối
conscious of, to be ý thức, hiểu biết
consider (to have an opinion) nghĩ
consider (to think over) xem, nghĩ ngợi
consult, talk over with bàn
contact, connection người quen
contact, get in touch with liên hệ
continent lục địa
continue, to tiếp tục
convenient tiện
conversation buổi nói chuyện
cook (person) người nấu bếp

cook, to nấu
cooked chín, nấu
cooker, stove bếp
cookie, sweet biscuit bánh ngọt
cooking, cuisine nấu ăn, cơm
cool (food) nguội
cool (weather) mát
cool, to làm nguội
copper đồng
copy bản
coral san hô
coriander, cilantro rau mùi, ngò
corn, grain hạt ngũ cốc
corn, maize ngô, bắp
corner góc
correct đúng
correct, to sửa
correspond (write letters) viết thư, thư từ
corridor hành lang
cost (expense) kinh phí
cost (price) giá
cotton bông
couch, sofa tràng kỷ
cough ho
cough, to ho
could, might có thể
count, reckon tính
counter (for paying, buying tickets) quầy
country (nation) nước
country (rural area) nông thôn, vùng quê
courgette, zucchini bí ngọt
courtyard sân
cover, to che, đậy
cow bò
co-worker, colleague đồng nghiệp
crab cua
cracked rạn
cracker, salty biscuit bánh
crafts đồ thủ công
craftsperson thợ thủ công
crate thùng
crazy điên
create, to sáng tạo
credit card thẻ tín dụng
criminal, convict tên tội phạm

C

cross, angry tức giận
cross, go over qua
crowded đông người
cruel ác
cry, to khóc
cry out, to kêu
cucumber dưa chuột
cuisine, style of cooking cơm, cách nấu ăn
culture văn hóa
cup tách
cupboard tủ kệ
cure (medical) thuốc chữa bệnh
cured, preserved bảo quản
currency tiền tệ
curtains, drapes màn cửa sổ
custom, tradition truyền thống, phong tục
customer khách hàng
cut, slice miếng
cut, to cắt
cute, appealing hấp dẫn

D

daily hàng ngày
damage thiệt hại
damage, to gây thiệt hại
damp ướt
dance khiêu vũ
dance, to nhảy, khiêu vũ
danger nguy cơ
dangerous nguy hiểm
dark tối, đen
date (of the month) ngày tháng
date of birth ngày sinh, sinh nhật
daughter con gái
daughter-in-law con dâu
dawn bình minh
day ngày
day after tomorrow ngày kia
day before yesterday hôm kia
day of the week ngày
day off ngày nghỉ
daydream, to mơ mộng
dead chết
deaf điếc
death cái chết
debt nợ

deceive, to lừa
December tháng mười hai, tháng chạp
decide, to quyết định
decision sự quyết định
decline (get less) suy giảm
decline (refuse) từ chối
decorate, to trang điểm
decrease, to giảm
deep sâu
defeat, to đánh thắng
defecate, to ỉa
defect khuyết tật
defend (in war) bảo vệ
defend (with words) ủng hộ, bào chữa
definite chắc chắn
degree, level mức độ
degrees (temperature) nhiệt độ
delay trì hoãn
delayed bị trì hoãn, chậm trễ
delicious ngon
deliver, to chuyển giao
demand, to đòi hỏi
dentist nha sĩ
depart, to ra đi
department bộ, cục
department store cửa hàng bách hóa
departure sự ra đi
depend on, to tùy, dựa vào
deposit (leave behind with someone) để lại gởi
deposit (put money in the bank) ký gởi
descendant con cháu
describe, to miêu tả
desert (arid land) sa mạc
desert, to abandon bỏ đi
desire thèm muốn
desire, to thèm khát
desk bàn giấy
dessert tráng miệng
destination nơi đến
destroy, to tàn phá
destroyed, ruined bị tàn phá
detergent bột giặt
determined, stubborn kiên quyết, bướng bỉnh
develop, to (film) rửa ảnh

ENGLISH—VIETNAMESE

D

develop, to (happen) phát triển
development sự phát triển
diagonal chéo
diagonally chéo
dial, to (telephone) bấm số
dialect phương ngữ
diamond kim cương
diary, daybook sổ tay
diary, journal tập nhật ký
dictionary từ điển
die, to chết
difference (discrepancy in figures) chênh lệch
difference (in quality) sự khác biệt
different, other khác
difficult khó
dinner, evening meal bữa ăn tối
dinner, to eat ăn tối
direct, non-stop trực tiếp
direction phía
director (of company) giám đốc
dirt, filth bụi
dirty bẩn
disappointed thất vọng
disaster tai họa
discount giảm giá
discover, to phát hiện
discuss, to bàn
discussion buổi bàn bạc
disease bệnh tật
disgusting tởm
dish (particular food) món ăn
dish (platter) dĩa
diskette dĩa
dislike, to không thích
display hiện vật
display, to trưng bày
distance khoảng cách, tầm xa
disturb, to quấy rối
disturbance sự rối loạn
divide, split up chia
divided by bị chia
divorce, to ly dị
divorced đã ly dị
do, perform an action làm
do one's best phấn đấu
doctor bác sĩ

document, letter giấy tờ, thư
dog chó
done (cooked) chín
done (finished) xong
don't! đừng!
don't mention it! không có gì!
door cửa
double đôi
doubt, to nghi
down, downward xuống
downstairs xuống nhà
downtown trung tâm thành phố
dozen chục
drapes, curtains màn cửa sổ
draw, to vẽ
drawer ngăn kéo
drawing tranh vẽ
dream ước mơ
dream, to ước mơ
dress, frock váy dài
dressed, to get mặc
dressing gown áo khoác ngoài
drink, refreshment giải khát
drink, to uống
drive, to (a car) lái
driver người lái xe
drought hạn hán
drown, to chết đuối
drug (medicine) thuốc
drug (narcotics) ma túy
drugstore, pharmacy hiệu thuốc
drunk say
dry khô
dry (weather) hanh
dry, to sấy khô
dry out (in the sun) phơi nắng
duck vịt
dull (boring) chán
dull (weather) xấu
dumpling bánh bao
durian sầu riêng
during trong khi
dusk hoàng hôn
dust bụi
duty (import tax) thuế nhập khẩu
duty (responsibility) trách nhiệm
DVD dĩa DVD

E

ENGLISH—VIETNAMESE

each, every mỗi, mọi
ear tai
earlier, beforehand trước đây
early sớm
early in the morning sáng sớm
earn, to kiếm
earrings hoa tai
earth, soil dất
Earth, the world Trái đất, thế giới
earthquake động đất
east đông
easy dễ
eat, to ăn
economical tiết kiệm, kinh tế
economy nền kinh tế
edge mép
educate, to giáo dục
education học thức
effect, result tác dụng, kết quả
effort sự cố gắng
effort, to make an cố gắng
egg trứng
eggplant, aubergine cà tím
eight tám
eighteen mười tám
eighty tám mươi
either hay, hoặc
either ... or hoặc ... hoặc
elbow khuỷu tay
elder người cao tuổi, người già
election cuộc bầu cử
electric diện
electricity diện
electronic diện tử
elegant sang trọng
elephant voi
elevator thang máy
eleven mười một
else: anything else nữa
email (message) thư email
email (system) email
email, to gửi email
email address địa chỉ email
embarrassed bối rối
embarrassing gây bối rối
embassy đại sứ quán
embrace, to ôm

embroidered thêu
embroidery nghề thêu
emergency cấp cứu
emotion tình cảm
empty trống
end (finish) kết thúc
end (tip) cuối
end, to hết
enemy giặc
energy sức mạnh
engaged (telephone) bận
engaged (to be married) dính hôn
engine động cơ
England Anh
English người Anh, tiếng Anh
engrave, to khắc
enjoy, to thích
enjoyable thú vị
enjoy oneself, to thích
enlarge, to phóng lớn, phóng to
enough dủ
enquire, to hỏi
enter, to vào
entire tất cả
entirety, whole tất cả
entrance, way in lối vào
envelope phong bì
envious ghen ty
environment, the môi trường
envy ghen
equal bình đẳng
equality sự bình đẳng
error lỗi
escalator thang máy
especially nhất là
essay bài luận
establish, set up thành lập
estimate, to dự đoán
ethnic group dân tộc
Europe châu Âu
even (also) cũng
even (smooth) bằng phẳng
evening buổi chiều, buổi tối
event sự kiện
ever, have already bao giờ chưa
every mỗi, mọi
every kind of các loại
every time mọi khi

everybody, everyone mọi
  người
everything mọi thứ
everywhere mọi nơi
exact, exactly chính xác
exactly! just so! đúng rồi
exam, test bài thi
examine, to kiểm tra
example ví dụ
example, for ví dụ
excellent tốt lắm
except ngoài...ra, ngoại trừ
exchange, to (money,
  opinions) đổi, trao đổi
exchange rate tỷ giá hối đoái
excited hồi hộp
exciting hay
excuse me! (apology) xin lỗi
excuse me! (attracting
  attention) xin cho tôi hỏi!
excuse me! (getting past) xin
  lỗi
exist, to tồn tại
exit, way out lối ra
expect, to mong
expense chi phí
expenses chi phí, giá
expensive đắt
experience kinh nghiệm
experience, to trải qua
expert chuyên gia
explain, to giải thích
export hàng xuất khẩu
export, to xuất khẩu
express, state thể hiện
extend (visa) gia hạn
extension (telephone) máy phụ
extra thêm, phần thừa
extremely hết sức
eye mắt
eyebrow lông mày
eyeglasses, spectacles kính

F

fabric, textile vải
face mặt
face, to đối diện
fact sự thật
factory nhà máy

fail, to bị thất bại
failure sự thất bại
fall (season) mùa Thu
fall, to ngã
fall over ngã xuống
false (imitation) giả
false (not true) không đúng
family gia đình
famine nạn đói
famous nổi tiếng
fan (admirer) khán giả
fan (for cooling) quạt
fancy sang trọng
far xa
fare giá vé
fast, rapid nhanh
fast, to kiêng ăn
fat, grease mỡ
fat, plump béo
father bố, cha
father-in-law (of man) bố vợ
father-in-law (of woman) bố
  chồng
fault sai lầm
fax (machine) máy fax
fax (message) thư fax
fax, to đánh fax
fear sợ
February tháng hai
fee phí
feed, to cho ăn, nuôi
feel, to cảm thấy
feeling cảm giác
female (people) nữ
female (animals, plants) cái
fence hàng rào
ferry phà, dò
fertile phì nhiêu
festival lễ hội
fetch, to lấy
fever sốt
few ít
fiancé chồng chưa cưới
fiancée vợ chưa cưới
field, empty space cánh đồng
fierce dữ dội
fifteen mười lăm
fifty năm mươi
fight, to (physically) đánh
fight over, to tranh chấp

F

figure, number số
Filipino tiếng Philipin
fill, to đổ đầy, rót đầy
fill out (form) điền
film (camera) phim
film, movie bộ phim
final cuối
finally cuối cùng
find, to tìm thấy
fine (okay) cũng được
fine (punishment) phạt
finger ngón tay
finish xong
finish off, to làm xong
finished (complete) xong
finished (none left) hết
fire lửa (flame); đám cháy
  (burning)
fire someone, to duổi việc
fireworks pháo
firm, company công ty
firm (definite) chắc chắn
firm (mattress) cứng
first dầu tiên
first, earlier, beforehand trước
  khi
fish cá
fish, to (with net) đánh cá
fish, to (with rod) câu cá
fish sauce nước mắm
fit, to vừa
fitting, suitable xứng đáng
five năm
fix, to (a time, appointment)
  hẹn
fix, to (repair) chữa
flag cờ
flashlight, torch dèn pin
flat, apartment căn hộ
flat, smooth mềm
flight chuyến bay
flood lụt
floor sàn nhà
flour bột
flower hoa
flu cảm
fluent thạo
flute sáo
fly (insect) ruồi
fly, to bay

fog sương mù
fold, to gấp
follow along, to theo
follow behind, to theo đuổi
following sau, tiếp theo
fond of, to be thương, ưa
food thức ăn
foot chân
for cho
forbid, to cấm
forbidden bị cấm
force sức mạnh, quyền lực
force, compel buộc
forehead trán
foreign nước ngoài
foreigner người nước ngoài
forest rừng
forever mãi mãi
forget, to quên
forget about quên mất
forgive, to tha thứ
forgiveness, mercy sự tha thứ
forgotten bị quên
fork nĩa
form (shape) hình
form (to fill out) đơn
fortress pháo đài
fortunately may mắn
forty bốn mươi
forward tiến, trước
four bốn
fourteen mười bốn
free, independent tự do
free of charge không mất tiền
free of restraints tự do
free (time) rỗi
freedom tự do
freeze ướp lạnh
frequent thường xuyên
fresh tươi
Friday ngày thứ sáu
fried rán, xào
friend bạn
friendly, outgoing vui tính
frightened sợ
from từ
front đằng trước
front: in front of đằng trước
frown cau
frown, to cau mặt

ENGLISH—VIETNAMESE

ENGLISH—VIETNAMESE

frozen ướp lạnh
fruit hoa quả
fry, to rán
fulfill thỏa mãn
full đầy
full, eaten one's fill no
fun, to have vui
function, to work hoạt động, vận hành
funds, funding tiền tài trợ
funeral đám tang
fungus nấm
funny hài hước
furniture bàn ghế
further, additional hơn nữa
fussy khó tính
future: in future tương lai

G

gamble đánh bạc
game trò chơi
garage (for parking) bãi để xe
garage (for repairs) chỗ sửa chữa xe
garbage rác
garden, yard vườn
garden, park công viên
garlic tỏi
garment quần áo
gasoline xăng
gasoline station trạm bán xăng
gate cổng
gather, to tập hợp
gender giới
general, all-purpose da công dụng, da khoa (medicine)
generally nói chung
generous rộng lượng, hào phóng
gentle nhẹ nhàng, dịu dàng
gesture cử chỉ, động tác
get, receive nhận
get off (transport) xuống
get on (transport) lên
get up (from bed) thức dậy
get well soon! chúc mau khỏe
ghost ma
gift quà
ginger gừng

girl con gái
girlfriend bạn gái
give, to cho
given name tên
glad sung sướng
glass (for drinking) cốc
glass (material) thủy tinh
glasses, spectacles kính
glutinous rice gạo nếp
go, to đi
go along, join in tham gia, đi cùng
go around, visit thăm
go back về
go for a walk đi bộ
go home về nhà
go out (fire, candle) tắt
go out, exit đi ra
go to bed đi ngủ
go up, climb leo, trèo
goal mục đích
goat dê
God Chúa (Christian)
god thần
goddess nữ thần
gold vàng
golf gôn
gone, finished hết
good tốt
good luck! chúc may mắn
goodbye chào, tạm biệt
goodness! trời ơi!
goose ngỗng
government chính phủ
gradually dần dần
grand, great vĩ đại
grandchild cháu
granddaughter cháu gái
grandfather ông
grandmother bà
grandparents ông bà
grandson cháu trai
grapes nho
grass cỏ
grateful biết ơn
grave mộ
gray xám
great, impressive vĩ đại, hùng vĩ
green mầu xanh, lá cây

G

green beans đậu xanh
greens rau
greet, to chào
greetings lời chào hỏi
grill, to nướng
ground, earth đất
group nhóm
grow, be growing (plant) mọc lên
grow, cultivate trồng
grow larger, to lớn lên
grow up (child) lớn lên
guarantee bảo đảm
guarantee, to bảo đảm
guard, to gác
guess, to đoán
guest khách
guesthouse nhà khách
guest of honor vị khách
guide, lead người hướng dẫn
guidebook sách hướng dẫn
guilty (of a crime) có tội
guilty, to feel có tội

H

hair (on the body) lông
hair (on the head) tóc
half nửa
hall hành lang
hand bàn tay
hand out phát ra
hand over chuyển giao
handicap bị tật
handicraft đồ tiểu thủ công
handle cán, chuôi (of utensils), nắm (of door)
handsome đẹp trai
hang, to treo
happen, occur xảy ra
happened, what happened? cái gì xảy ra?
happening, incident sự kiện
happy sung sướng
happy birthday! chúc sinh nhật
happy new year! chúc mừng năm mới
harbor cảng
hard (difficult) khó
hard (solid) cứng

hard disk đĩa cứng
hardly khó khăn, hầu như không
hardworking, industrious chăm chỉ
harmonious hợp
hat mũ
hate, to ghét
hatred sự căm ghét
have, own có
have been somewhere đã đi
have done something đã làm
have to, must phải
he, him anh ấy
head đầu
head for, toward đi đến
headdress khăn trùm đầu
healthy khỏe
hear, to nghe
heart tim
heat, to sưởi
heater lò sưởi
heavy nặng
height độ cao
hello, hi chào
hello! (on phone) a-lô!
help! giúp tôi!
help, to giúp
her, hers của cô ấy
here đây
hidden giấu
hide, to giấu
high cao
hill đồi
hinder, to cản trở
hindrance sự cản trở
hire, to mướn
his của anh ấy
history lịch sử
hit, strike đánh; trúng
hobby sở thích
hold, to grasp cầm
hold back ngăn cản
hole lỗ, hố
holiday (festival) lễ hội
holiday (vacation) nghỉ
holy thần thánh
home, house nhà
honest thật thà
honey mật ong
Hong Kong Hồng Kông

ENGLISH—VIETNAMESE

hope, to hy vọng
hopefully hy vọng
horse ngựa
hospital bệnh viện
host chủ nhà
hot (spicy) cay
hot (temperature) nóng
hot spring suối nóng
hotel khách sạn
hour tiếng
house nhà
how? như thế nào?
how are you? anh/chị thế nào?
how long? bao lâu?
how many? bao nhiêu?
how much? bao nhiêu?
how old? bao nhiêu tuổi?
however mặc dù
huge lớn lắm
human con người
humid ẩm, oi
humorous hài hước
hundred trăm
hundred thousand trăm nghìn
hungry đói
hurry up! nhanh lên!
hurt (injured) bị thương
hurt, to (cause pain) hại
husband chồng
hut, shack lều

I, me tôi
ice đá
ice cream kem
idea ý nghĩ
identical như nhau
if nếu
ignore, to không để ý
ignorant ngu dốt, không biết
ill, sick ốm
illegal bất hợp pháp
illness bệnh
imagine, to tưởng tượng
immediately ngay
impolite mất lịch sự
import hàng nhập khẩu
import, to nhập khẩu
importance quan trọng

important sự quan trọng
impossible không thể
impression, to make an ấn
    tượng, gây ấn tượng
impressive đáng kể
in, at (space) ở
in (time, years) trong
in addition ngoài ra
incense hương
incident sự kiện
included, including gồm
increase tăng
increase, to tăng lên
indeed! tất nhiên!
indigenous bản xứ
Indonesia Indonexia
Indonesian (language) tiếng
    Indonexia
Indonesian (person) người
    Indonexia
inexpensive rẻ
influence sự ảnh hưởng
influence, to ảnh hưởng
inform, to thông báo
information thông tin
information booth quầy thông tin
inhabitant dân cư
inject, to tiêm
injection mũi tiêm
injured bị thương
injury vết thương
ink mực
in order that, so that để
insane điên
insect côn trùng
inside trong
inside of trong
inspect, to kiểm tra
instead of thay vì
instruct, tell to do something
    bảo
insult lời xúc phạm
insult someone, to xúc phạm
insurance bảo hiểm
intend, to định
intended for dành cho
intention ý định
interest (paid to a bank) lãi
interest rate (paid by a bank)
    lãi suất

interested in quan tâm
interesting hay
international quốc tế
Internet Internet
interpreter người phiên dịch
intersection ngã tư
into vào
introduce oneself, to tự giới thiệu
introduce someone, to giới thiệu
invent, to phát minh
invitation giấy mời
invite, to (ask along) mời
invite, to (formally) mời chính thức
invoice hóa đơn
involve, to liên quan
involved có liên quan
Ireland Ai-len
Irish (person) người Ai-len
iron (for clothes) bàn là, bàn ủi
iron (metal) sắt
iron, to (clothing) là, ủi
Islam Hồi giáo
island hòn đảo
item, individual thing cái, món, mặt hàng
ivory ngà

J

jacket áo khoác
jail nhà tù
jam mứt
January tháng giêng
Japan Nhật Bản
Japanese (language) tiếng Nhật
Japanese (person) người Nhật
jaw hàm
jealous ghen
jealousy ghen tỵ
jewelry đồ trang sức
job việc làm
join, go along tham gia
join together kết hợp
joke chuyện cười
journalist nhà báo
journey chuyến đi

jug, pitcher bình
juice nước hoa quả
July tháng bảy
jump, to nhảy
June tháng sáu
jungle rừng nhiệt đới
just, fair công bằng
just, only chỉ
just now mới

K

keep, to giữ
key (computer) phím
key (to room) chìa khóa
keyboard (of computer) bàn phím
kidney (body part) thận
kidney (food) bầu dục
kidney beans đậu tây
kill, murder giết
kilogram cân
kilometer cây số
kind, good (of persons) hiền
kind, type loại
king vua
kiss hôn
kiss, to hôn
kitchen nhà bếp
knee đầu gối
knife dao
knock, to gõ
know, be acquainted with quen
know, be informed biết
knowledge hiểu biết
Korea, North Bắc Triều Tiên
Korea, South Hàn Quốc
Korean (language) tiếng Hàn Quốc
Korean (person) người Hàn Quốc

L

lacking thiếu
ladder thang
lady đàn bà
lake hồ
lamb, mutton thịt cừu

lamp đèn
land đất
land, to (plane) hạ cánh
lane (alley) ngõ, dường hẻm
lane (of a highway) làn, tuyến
language ngôn ngữ
Laos Lào
Laotian (language) tiếng Lào
Laotian (person) người Lào
large lớn, to
last cuối cùng
last night tối qua, đêm qua
last week tuần trước
last year năm ngoái
late muộn
late at night khuya
later sau
laugh, to cười
laugh at, to cười nhạo
laws, legislation pháp luật
lawyer luật sư
layer lớp
lay the table dọn ăn
lazy lười
lead (to be a leader) lãnh đạo
lead (to guide someone somewhere) dẫn
leader nhà lãnh đạo
leaf lá
leak, to rò
learn, to học
least (smallest amount) ít nhất
least: at least ít nhất
leather da
leave, depart đi khỏi
leave behind by accident đánh mất
leave behind for safekeeping gởi lại
leave behind on purpose để lại
lecture giảng
lecturer (at university) giáo sư
left (remaining) còn lại
left (side) bên trái
leg chân
legal hợp pháp
legend (myth) huyền thoại
legend (on map) chú giải
lemon, citrus chanh

lemongrass sả
lend, to vay
length chiều dài
less (smaller amount) ít
less, minus bớt
lessen, reduce giảm
lesson bài học
let, allow cho phép
let someone know, to cho biết
let's (suggestion) đi
letter (mail) thư
letter (of alphabet) chữ
level (even, flat) bằng phẳng
level (height) ngang
level (standard) trình độ; cấp
library thư viện
license (for driving) bằng lái xe
license, permit giấy phép
lick, to liếm
lid nắp, vung
lie, tell a falsehood nói dối
lie down, to nằm
life cuộc đời, cuộc sống
lifetime đời
lift (elevator) thang máy
lift (ride in car) đưa
lift, to (raise) nâng
light (bright) sáng
light (lamp) đèn
light (not heavy) nhẹ
lighter bật lửa
lightning sét
like, as như
like, be pleased by thích
likewise cũng thế
lime, citrus chanh
line (mark) dường
line (queue) hàng
line up, to xếp hàng
lips môi
liquor, alcohol rượu
list danh sách
listen nghe
listen to nghe
literature văn học
little (not much) ít
little (small) nhỏ
live (be alive) sống
live (stay in a place) ở
liver gan

load vác, gánh
load up, to để lên
located, to be ở
lock ổ khóa
lock, to khóa
locked khóa
lodge, small hotel nhà trọ, nhà
  khách
lonely cô đơn
long (size) dài
long (time) lâu
look! xem đi!
look, seem, appear giống
look after trông
look at, see xem, coi
look for tìm
look like giống
look out! cẩn thận
look up (find in book) tra
loose (not in packet) lẻ
loose (wobbly) lỏng lẻo
lose, be defeated thua
lose, mislay mất
lose money, to thua lỗ
lost (can't find way) lạc đường
lost (missing) mất
lots of nhiều
lottery xổ số
loud to
love tình yêu
love, to yêu
lovely đẹp
low thấp
luck may
lucky may mắn
luggage hành lý
lunch, midday meal bữa ăn trưa
lunch, to eat ăn trưa
lungs phổi
luxurious sang trọng
lychee vải

M

machine máy
machinery máy móc
madam (term of address) bà
magazine tạp chí
mah jong mạt chược
mail, post bưu chính; thư tín

mail, to gửi
main, most important chính
mainly chủ yếu
major (important) quan trọng
make, to làm
make do cố gắng
make up, invent bịa
Malaysia Malaixia
Malaysian (language) tiếng Mã
  Lai
Malaysian (person) người Mã
  Lai
male (animals, plants) dực
male (people) nam
man đàn ông
manage, succeed quản lý,
  thành công
manager nhà quản lý
mango xoài
manufacture, to sản xuất
many, much nhiều
map bản đồ
March tháng ba
market chợ
married kết hôn
marry, get married kết hôn
mask mặt nạ
massage, to xoa bóp
mat chiếu
match, game trận
matches diêm
matter, issue vấn đề
matter, it doesn't không sao
mattress đệm
May tháng năm
may có lẽ
maybe có thể
meal bữa ăn
mean (cruel) ác
mean, to (intend) định
mean, to (word) nghĩa
meaning nghĩa
meanwhile trong khi
measure, to đo
measure out đo
measurement sự đo lường
meat thịt
meatball viên thịt
medical y
medicine y tế

meet, to gặp
meeting cuộc họp
melon dưa
member thành viên
memories ký ức
mend, to sửa
menstruate, to có kinh nguyệt
mention, to nói đến
menu thực đơn
merely chỉ
mess, in a bừa bộn, lộn xộn
message giấy báo, tin tức
metal kim loại
method phương pháp, phương tiện
midday buổi trưa
middle, center trung tâm, giữa
middle: be in the middle of doing đang
midnight nửa đêm, mười hai giờ đêm
mild (not severe) nhẹ
mild (not spicy) dịu
milk sữa
million triệu
mind, brain não
mind, to be displeased không bằng lòng
minibus xe buýt mini
minor (not important) không quan trọng
minus trừ
minute phút
mirror gương
misfortune rủi ro
miss, to (bus, flight) nhỡ, trễ
miss, to (loved one) nhớ
missing (absent) vắng, thiếu
missing (lost person) mất tích
mist sương mù
mistake sai lầm
mistaken lầm, sai
misunderstanding hiểu lầm
mix, to trộn
mixed hỗn hợp
mobile phone điện thoại di động
modern hiện đại
modest, simple giản dị

moment (in a moment, just a moment) lát, tý
moment (instant) lúc, lát
Monday thứ hai
money tiền
monitor (of computer) màn hình
monk nhà sư
monkey khỉ
month tháng
monument đài
moon mặt trăng
more (comparative) hơn
more of (things) nhiều
more or less ít nhiều
morning buổi sáng
mosque thánh đường Hồi giáo
mosquito muỗi
most (superlative) nhất
most (the most of) phần nhiều
mostly thường, nhiều khi
moth bướm đêm
mother mẹ, má
mother-in-law (of man) mẹ vợ
mother-in-law (of woman) mẹ chồng
motor, engine động cơ
motor vehicle xe ô tô
motorcycle xe máy
mountain núi
mouse con chuột
moustache râu mép, ria
mouth mồm
move, to chuyển, dời
move from one place to another chuyển
movement, motion chuyển động
movie bộ phim
movie house rạp chiếu phim
MSG mì chính; bột ngọt (southern vernacular)
much, many nhiều
muscle bắp thịt
mushroom nấm
music âm nhạc
Muslim người theo đạo Hồi
must phải
my, mine của tôi
myth huyền thoại

N

nail (finger, toe) móng tay, móng chân
nail (spike) đinh
naked trần truồng
name tên
narrow hẹp
nation, country nước
national quốc gia
nationality quốc tịch
natural thiên nhiên
nature thiên nhiên
naughty hư, nghịch
nauseous buồn nôn
nearby gần
nearly gần, suýt
neat, orderly gọn
necessary cần thiết
neck cổ
necklace dây chuyền
necktie ca vát
need nhu cầu
need, to cần
needle (of syringe) kim tiêm
needle (sewing) kim
neighbor láng giềng
neither không cái nào
neither ... nor không ... mà cũng không
nephew cháu trai
nest tổ
net lưới
network mạng lưới
never không bao giờ
never mind! quên đi!
nevertheless tuy thế
new mới
New Zealand Niu Zilân
news tin tức
newspaper báo
next (in line, sequence) sau
next to bên cạnh
next week tuần sau
next year sang năm
nice tốt, dễ thương
niece cháu gái
night đêm
nightclothes quần áo ngủ
nightdress áo ngủ

nightly mỗi đêm, mọi đêm
nine chín
nineteen mười chín
ninety chín mươi
no, not không
nobody không ai
noise tiếng động
noisy ồn ào
nonsense vô lý
noodles mì, bún
noon buổi trưa
nor cũng không
normal bình thường
normally thường
north bắc
north-east đông bắc
north-west tây bắc
nose mũi
nostril lỗ mũi
not không
not only ... but also không chỉ ... nhưng mà
not yet chưa
note (currency) tiền mặt
note (written) ghi chép
note down ghi chép
notebook vở, tập
nothing không có gì
notice thông báo
notice, to thấy
novel tiểu thuyết
November tháng mười một
now bây giờ
nowadays ngày nay
nowhere không ở đâu cả
nude trần truồng
numb tê; lặng người
number số
nylon ni lông

O

o'clock giờ
obedient ngoan
obey, to tuân theo
object, thing đồ vật
object, to protest phản đối
occasionally thỉnh thoảng
occupation công việc
ocean đại dương

ENGLISH—VIETNAMESE

October tháng mười
odor, bad smell mùi hôi
of, from từ
of course tất nhiên
off (turned off) tắt
off: to turn something off tắt
offend xúc phạm
offer, suggest đề nghị
offering lễ vật, hương hoa
office văn phòng
official, formal chính thức
officials (government) công chức
often thường xuyên
oil dầu
okay được
old (person) già
old (thing) cũ
olden times, in ngày xưa
older brother anh
older sister chị
on, at ở
on (of dates) vào
on (turned on) bật
on: to turn something on bật
on board trên
on fire cháy
on foot đi bộ
on the way trên đường
on the whole nói chung
on time đúng giờ
once một lần
one một
one-way ticket vé một chiều
one who, the one which ai
onion hành tây
only chỉ
open mở cửa
open, to mở
opinion ý kiến
opponent đối thủ, đối phương
opportunity cơ hội
oppose, to đối lập, phản đối
opposed, in opposition đối lập
opposite (contrary) ngược lại
opposite (facing) đối diện
optional tùy ý, không bắt buộc
or hay
orange, citrus cam
orange (color) màu da cam

order (command) lệnh
order (placed for food, goods) gọi món (food); đặt hàng (goods)
order, sequence trật tự
order, to command ra lệnh
order something, to gọi
orderly, organized có trật tự, gọn gàng
organize, arrange tổ chức
origin nguồn gốc
original bản gốc
originate, come from xuất xứ từ, nguồn gốc từ
ornament đồ trang trí, trang sức
other khác
ought to nên
our (excludes the one addressed) của chúng tôi
our (includes the one addressed) của chúng ta
out ra
outside ngoài
outside of ngoài ra
oval (shape) hình trái xoan
oven lò, bếp
over, finished kết thúc, xong
over: to turn over lật
over there nơi ấy, bên ấy, bên kia
overcast, cloudy mây
overcome, to khắc phục
overseas nước ngoài
overturned bị lật
owe, to nợ
own: on one's own ở một mình
own (personal) riêng
own, to của
oyster hàu

P

pack, to sửa soạn
package gói
page trang
paid trả tiền rồi
pain đau
painful đau đớn
paint sơn
paint, to (house, furniture) sơn
paint, to (picture) vẽ

75

P

painting bức tranh
pair of, a đôi
pajamas bộ đồ bà ba
palace hoàng cung, cung điện
pan xoong, chảo
panorama phong cảnh
panties quần lót, xi líp
pants quần
papaya đu đủ
paper giấy
parcel bưu kiện
pardon me? what did you say? xin lỗi? Anh/chị nói gì?
parents bố mẹ
park công viên
park, to (car) đỗ xe; gởi xe (in parking lot)
part (not whole) phần
part (of machine) bộ phận
participate, to tham gia
particularly, especially nhất là
partly một phần
partner (spouse) chồng, vợ, nhà tôi
party (event) cuộc vui; tiệc
party (political) đảng
pass, to (exam) đỗ
pass, to (go past) vượt qua
passenger hành khách
passport hộ chiếu
past: go past qua
past, former quá khứ
pastime sở thích
patient (calm) kiên nhẫn
patient (doctor's) bệnh nhân
pattern, design mẫu
patterned theo mẫu
pay, to trả
pay attention chú ý
payment món tiền trả
peace hòa bình
peaceful yên ổn, hòa bình
peak, summit đỉnh núi
peanut lạc
pearl ngọc trai
peas hạt đậu
peel, to bóc vỏ, lột vỏ
pen bút
pencil bút chì
penis dương vật

people nhân dân (the mass); người ta (in general)
pepper, black hạt tiêu
pepper, chili ớt
percent phần trăm
percentage tỷ lệ phần trăm
performance cuộc biểu diễn
perfume nước hoa
perhaps, maybe có thể
perhaps, probably có lẽ
period (end of sentence) chấm
period (menstrual) kinh nguyệt
period (of time) thời gian
permanent lâu dài, vĩnh viễn
permit, license giấy phép
permit, to allow cho phép
person người
personality cá tính
perspire, to toát mồ hôi
pet animal con vật nuôi ở nhà
petrol xăng
petrol station trạm bán xăng
pharmacy, drugstore hiệu thuốc
Philippines nước Philipin
photocopy bản phô tô
photocopy, to phô tô
photograph tấm ảnh
photograph, to chụp ảnh
pick, choose chọn
pick up (someone) đón
pick up, lift (something) nâng
pickpocket kẻ móc túi
pickpocket, to móc túi
picture hình ảnh
piece, portion, section phần
piece, item cái
pierce, penetrate thấm
pig lợn
pillow gối
pills viên thuốc
pineapple dứa, thơm, khóm
pink hồng
pitcher, jug bình
pity: what a pity! tiếc quá
place chỗ
place, put để
plain (level ground) bình nguyên
plain (not fancy) giản dị

ENGLISH–VIETNAMESE

plan kế hoạch
plan, to lập kế hoạch
plane máy bay
plant hoa
plant, to trồng
plastic nhựa
plate đĩa
play, to chơi
play around chơi bời
plead, to (to beg) van xin
pleasant dễ chịu
please xin
pleased vui lòng
plug (bath) nút
plug (electric) phích
plum mận
plus cộng
pocket túi
point (dot) chấm
point (in time) thời điểm
point out chỉ
poison chất độc
poisonous độc
police cảnh sát
police officer sĩ quan cảnh sát
polish, to đánh bóng
polite lịch sự
politics chính trị
poor nghèo
popular phổ biến
population dân số
pork thịt lợn
port cảng
portion, serve phần, phần ăn
possess, to có
possessions đồ đạc, của cải
possible có thể
possibly có thể
post, column cột
post, mail bưu chính
post office bưu điện
postcard bưu thiếp
postpone, to hoãn
postponed, delayed hoãn
pot nồi
potato khoai tây
poultry gà vịt
pour, to đổ
power quyền lực
powerful hùng mạnh

practice sự thực tập
practice, to tập
praise lời khen
praise, to khen
prawn tôm
pray, to cúng
prayer lời cầu nguyện
prefer, to thích hơn
pregnant có thai
prepare, make ready sửa soạn
prepared, ready sẵn sàng
prescription đơn thuốc
present (gift) quà
present (here) có mặt
present, to cho, tặng
present moment, at the bây giờ
presently, nowadays hiện nay
president tổng thống, chủ tịch
press, journalism báo chí
press, to ép
pressure áp lực
pretend, to giả vờ
pretty (attractive) đẹp
pretty (considerably) very xinh đẹp
prevent, to dề phòng
price giá
pride hãnh diện
priest linh mục
prime minister thủ tướng
print, to in
prison nhà tù
private riêng
probably có lẽ
problem vấn đề
produce, to sản xuất
profession nghề, chuyên nghiệp
profit lãi
program, schedule chương trình, hời khóa biểu
promise, to hứa
pronounce, to công bố
proof bằng chứng
property tài sản
protest, to phản đối
proud tự hào
prove, to chứng tỏ
public công cộng
publish, to xuất bản

ENGLISH—VIETNAMESE

P

pull, to kéo
pump bơm
punctual đúng giờ
pupil học sinh
pure thuần túy
purple tím
purpose lý do
purse (for money) túi xách tay
push, to đẩy
put, place để
put off, delay hoãn
put on (clothes) mặc
puzzled thắc mắc
pyjamas bộ đồ bà ba

Q

qualification điều kiện
quarter (fraction) một phần bốn
quarter (of city) khu
queen nữ hoàng
question câu hỏi
queue, line hàng
queue, to line up xếp hàng
quick nhanh
quickly nhanh
quiet yên
quite (fairly) khá
quite (very) rất

R

radio máy thu thanh
rail, by rail dường sắt
railroad, railway dường sắt
rain mưa
rain, to mưa
raise, to (children) nuôi
raise, to (lift) nâng
rank, station in life chức vị
ranking hạng
rare (scarce) hiếm
rare (uncooked) tái
rarely, seldom hiếm
rat chuột
rate, tariff giá cả
rate of exchange (for foreign currency) tỷ giá hối đoái
rather, fairly khá
rather than thay cho

raw, uncooked, rare sống
reach, get to đạt
react to phản ứng
reaction, response phản ứng
read, to đọc
ready sẵn sàng
ready, to get chuẩn bị
ready, to make sửa soạn
realize, be aware of nhận ra
really (in fact) thực ra
really (very) rất, lắm
really? thế à?
rear, tail đuôi
reason lý do
reasonable (price) vừa phải
reasonable (sensible) có lý
receipt hóa đơn
receive, to nhận
recipe công thức nấu ăn
recognize, to nhận ra
recommend, to khuyên
recovered, cured khỏi bệnh
rectangle hình chữ nhật
red đỏ
reduce, to giảm
reduction sự giảm bớt
reflect, to phản ánh
refrigerator tủ lạnh
refusal sự từ chối
refuse, to từ chối
regarding về
region miền
register, to đăng ký
registered post thư bảo đảm
regret, to ân hận
regrettably đáng ân hận
regular, normal bình thường
relatives, family họ hàng
relax, to nghỉ
release, to thả
religion tôn giáo
remainder, leftover phần còn lại
remains (historical) di tích
remember, to nhớ
remind, to nhắc
rent, to thuê
rent out, to cho thuê
repair, to sửa
repeat, to nói lại
replace, to thay

reply, response sự trả lời
reply, to (in speech) trả lời, đáp
reply, to (in writing or deeds) trả lời
report bản báo cáo
report, to báo cáo
reporter nhà báo
request, to (formally) nhờ
request, to (informally) xin
rescue, to cứu giúp
research nghiên cứu
research, to nghiên cứu
resemble giống
reservation dơn dặt trước
reserve (for animals) khu rừng bảo tồn
reserve, to (ask for in advance) đặt trước
resident, inhabitant dân cư
resolve, to (problem) giải quyết
respect sự tôn trọng
respect, to tôn trọng
respond, react trả lời, phản ứng
response, reaction phản ứng
responsibility trách nhiệm
responsible, to be có trách nhiệm
rest, remainder phần còn lại
rest, to relax nghi
restaurant nhà hàng
restrain, to kiềm chế
restroom phòng vệ sinh
result kết quả
resulting from, as a result vì thế
retired về hưu
return, to (give back) trả lại
return, to (go back) về
return home về nhà
return ticket vé khứ hồi
reveal, to (make known) bày tỏ, cho biết
reveal, to (make visible) cho thấy
reverse, to (back up) lùi
reversed, backwards dảo ngược
ribbon băng
rice (cooked) cơm
rice (plant or paddy) lúa

rice (uncooked grains) gạo
rice fields ruộng lúa
rich giàu
rid: get rid of bỏ
ride (in car) di
ride, to (animal) cưỡi
ride, to (transport) chở
right (correct) dúng
right (side) bên phải
right now bây giờ
rights quyền lợi
ring (jewelry) nhẫn
ring, to (bell) reo
ring, to (on the telephone) gọi
ripe chín
rise, ascend lên
rise, increase tăng
rival dối thủ
river sông
road dường
roast, grill nướng, quay
roasted, grilled, toasted nướng; quay
rock dá
role vai
roof mái
room phòng
room, space chỗ
root (of plant) rễ
rope dây
rotten thối
rough vất vả
roughly, approximately khoảng, gần
round (around) xung quanh
round (shape) tròn
round trip khứ hồi
rubber cao su
rude mất dạy
rules quy luật
run, to chạy
run away chạy thoát

S

sacred thần thánh, thiêng liêng
sacrifice sự hy sinh
sacrifice, to hy sinh
sad buồn
safe an toàn

S

safe (for keeping money) két sắt
sail buồm
sail, to đi tầu buồm
salad xà lách
salary lương
sale, for bán
sale (reduced prices) giảm giá
sales assistant người bán hàng
salt muối
salty mặn
same như nhau
sample mẫu hàng
sand cát
sandals dép
satisfied hài lòng
satisfy, to chiều lòng
Saturday thứ bảy
sauce tương, nước chấm
sauce (chili) tương ớt
save, to (keep) giữ
say, to nói
say goodbye chào
say hello chào
say sorry xin lỗi
say thank you cám ơn
scales vảy
scarce hiếm
scared sợ
scenery phong cảnh
schedule thời khoá biểu
school trường
schoolchild học sinh
science khoa học
scissors kéo
Scotland Xcôtlen
Scottish, Scots người Xcôtlen
screen (of computer) màn hình
scrub, to chùi, cọ
sculpt, to điêu khắc
sculpture điêu khắc
sea biển
seafood hải sản
search for tìm
season mùa
seat ghế
second thứ hai
secret bí mật
secret, to keep a giữ bí mật
secretary thư ký

secure, safe an toàn
see, to thấy
see you later! tạm biệt!
seed hạt
seek, to tìm
seem, to hình như
seldom ít khi
select, to chọn
self mình
sell, to bán
send, to gửi
sensible có lý
sentence câu
separate riêng biệt
separate, to chia
September tháng chín
sequence, order thứ tự
serious (not funny) nghiêm trọng
serious (severe) nghiêm trọng
servant đầy tớ
serve, to phục vụ
service dịch vụ
sesame oil dầu vừng, dầu mè
sesame seeds hạt vừng, hạt mè
set bộ
seven bảy
seventeen mười bảy
seventy bảy mươi
several vài
severe nghiêm
sew, to may
sex, gender giới tính
sex, sexual activity giao hợp
shack lều
shade bóng
shadow bóng
shadow play kịch bóng
shake, to lắc
shake hands, to bắt tay
shall, will sẽ
shallow cạn
shame, disgrace nỗi nhục nhã
shame: what a shame! tiếc quá
shampoo dầu gội đầu
shape hình
shape, to form biến
shark cá mập
sharp sắc, bén, nhọn

S

shave, to cạo
she, her cô ấy
sheep cừu
sheet (for bed) khăn trải giường
sheet (of paper) trang
Shinto Thần đạo Nhật Bản
shiny loáng, bóng
ship tầu thủy
shirt áo
shit cứt
shiver, to run
shoes giày
shoot, to bắn
shop, store cửa hàng
shop, go shopping đi mua sắm
shopkeeper chủ cửa hàng
short (concise) ngắn
short (not tall) thấp
short time, a moment lúc, lát
shorts (short trousers) quần soóc
shorts (underpants) quần đùi
shoulder vai
shout, to quát
show (broadcast) chương trình
show (live performance) cuộc biểu diễn diễn
show, to cho xem
shower (for washing) vòi hoa sen
shower (of rain) trận mưa
shower, to take a tắm
shrimp, prawn tôm
shut đóng
shut, to đóng
sibling anh, em
sick, ill ốm
sick, to be (vomit) buồn nôn
side phía
sightseeing tham quan
sign, symbol ký hiệu
sign, to ký
signature chữ ký
signboard biển
silent im lặng
silk lụa
silver bạc
similar gần giống
simple (easy) đơn giản

simple (uncomplicated, modest) giản dị
since từ
sing, to hát
Singapore Xingapore
single (not married) độc thân
single (only one) riêng
sir (term of address) thưa ông
sister chị, em
sister-in-law (of a man) chị, em vợ
sister-in-law (of a woman) chị, em chồng
sit, to ngồi
sit down ngồi xuống
situated, to be ở, tại
situation, how things are tình hình
six sáu
sixteen mười sáu
sixty sáu mươi
size cỡ
skewer xiên
skillful thạo, giỏi
skin da
skirt váy
sky trời
sleep, to ngủ
sleepy buồn ngủ
slender gầy
slight nhẹ; thanh mãnh
slightly hơi
slim gầy
slip (petticoat, underskirt) váy trong
slippers dép
slope dốc
slow chậm
slowly chậm
small nhỏ
smart thông minh
smell, bad odor mùi hôi
smell, to ngửi
smile, to cười
smoke khói
smoke, to (tobacco) hút thuốc
smooth (surface) mềm
smooth (unproblematic) êm thấm
smuggle, to buôn lậu
snake rắn

S

sneeze cái hắt hơi
sneeze, to hắt hơi
snow tuyết
snow, to tuyết rơi
snowpeas dậu xanh
so, therefore cho nên
soak, to ngâm
soap xà phòng
soccer bóng đá
socket (electric) ổ cắm điện
socks tất, vớ
sofa, couch tràng kỷ
soft mềm
soft drink nước ngọt
sold bán rồi
sold out bán hết
soldier lính
sole, only duy nhất
solid bền
solve, to (problem) giải quyết
some một số
somebody, someone người
    nào đó
something điều gì; cái gì
sometimes đôi khi
somewhere dâu đó
son con trai
son-in-law con rể
song bài hát
soon sắp
sore, painful dau
sorrow nỗi buồn
sorry, to feel regretful ân hận
sorry! xin lỗi
sort, type loại
sort out, deal with giải quyết
so that dể mà
sound, noise tiếng động
soup (clear) canh, phở
soup (spicy stew) súp
sour chua
source nguồn gốc
south nam
south-east dông nam
south-west tây nam
souvenir dồ lưu niệm
so, very rất
soy sauce (salty) nước ương
soy sauce (sweet) tương ngọt
space (cosmos) vũ trụ

space (room) chỗ
spacious rộng
speak, to nói
special dặc biệt
spectacles kính
speech bài phát biểu
speech, to make a phát biểu
speed tốc độ
spell, to dánh vần
spend, to chi
spices gia vị
spicy cay
spinach cải bó xôi
spine cột sống
spiral xoáy trôn ốc
spirits, hard liquor rượu mạnh
spoiled (does not work) lười
spoiled (of food) thối
spoon thìa
sponge bọt biển
sports thể thao
spotted (pattern) dốm
spray phun
spring (metal part) lò xo
spring (of water) suối
spring (season) mùa Xuân
square (shape) vuông
square, town square quảng
    trường
squid mực
staff nhân viên, nhân sự
stain vết
stairs cầu thang
stall (of vendor) quầy
stall, to (car) tắt máy
stamp (ink) dấu
stamp (postage) tem
stand, to dứng
stand up, to dứng lên
star sao
start, beginning sự bắt đầu
start, to bắt đầu
stationery văn phòng phẩm
statue tượng
stay (remain) ở lại
stay overnight, to ở lại qua
    dêm
steal, to ăn cắp
steam hơi
steamed hấp

steel thép
steer, to lái
step bước
steps, stairs cầu thang
stick, pole sào
stick out nổi lên
stick to dính
sticky dính
sticky rice (uncooked) gạo nếp
sticky rice (cooked) xôi
stiff cứng
still, even now vẫn
still, quiet yên
stink, to hôi
stomach, belly bụng
stone hòn đá
stool ghế đẩu
stop (bus, train) trạm
stop, to cease dừng lại, kết
  thúc
stop, to halt dừng
stop by, to pay a visit ghé qua
stop it! dừng lại
store, shop cửa hàng, cửa hiệu
store, to trữ
storm bão
story (of a building) tầng
story (tale) chuyện
stout béo
stove, cooker bếp
straight (not crooked) thẳng
straight ahead thẳng tới trước
strait eo biển
strange lạ
stranger người lạ
street dường
strength sức mạnh
strict nghiêm khắc
strike, to go on đình công
strike, hit đánh
string dây
striped sọc
strong mạnh
strong (of flavor) đặc
stubborn, determined lì, ngoan
  cố
stuck, won't move kẹt
student sinh viên
study, learn học
stupid ngu

style kiểu
succeed, to thành công
success thành công
such như
such as, for example như
suck, to hút
suddenly ngẫu nhiên
suffer, to chịu dựng
suffering nỗi đau khổ
sugar dường
sugarcane mía
suggest, to dề nghị
suggestion sự dề nghị
suit (clothes) bộ com-lê, vét
suitable, fitting, compatible
  phù hợp
suitcase va ly
summer mùa Hè
summit, peak đỉnh núi
sun mặt trời
Sunday chủ nhật
sunlight ánh sáng
sunny nắng
sunrise lúc mặt trời mọc
sunset lúc mặt trời lặn, hoàng hôn
supermarket siêu thị
suppose, to cho là, giả sử
sure chắc
surf sóng
surface mặt
surface mail thư gửi thủy bộ
surname họ
surprised ngạc nhiên
surprising gây ngạc nhiên
surroundings hoàn cảnh
survive, to sống sót
suspect, to nghi
suspicion sự nghi ngờ
swallow, to nuốt
sweat mồ hôi
sweat, to toát mồ hôi
sweep, to quét
sweet (dessert) bánh ngọt
sweet (taste) ngọt
sweet and sour chua ngọt
sweetcorn ngô ngọt
sweets, candy bánh kẹo
swim, to bơi
swimming costume, swimsuit
  quần áo bơi

S

ENGLISH–VIETNAMESE

S

swimming pool bể bơi
swing, to đánh ngoặt
switch nút
switch, to change thay
switch on, turn on bật
synthetic nhân tạo

T

table bàn
tablecloth khăn bàn
tablemat khăn bàn
tablets viên (medicine)
tail đuôi
take, to remove lấy
take care of chăm sóc
take off (clothes) cởi
talk, to nói chuyện
talk about nói về
tall cao
tame hiền
Taoism Lão giáo
tape, adhesive băng dính
tape recording thu băng
taste khẩu vị
taste, to (salty, spicy) mùi vị
taste, to (sample) nếm
tasty ngon
taxi xe taxi
tea trà
teach, to dạy
teacher (man) thầy giáo
teacher (woman) cô giáo
team đội
tear, to rip xé
tears nước mắt
teenager thanh niên
teeshirt áo sơ mi
teeth răng
telephone máy điện thoại
telephone number số điện thoại
television ti vi, vô tuyến
tell, to (a story) kể
tell, to (let know) báo
temperature nhiệt độ
temple (Buddhist) chùa
temple (Confucian) đền
temple (Indian) chùa Ấn

temporary tạm thời
ten mười
ten thousand mười nghìn
tendon gân
tennis quần vợt
tens of, multiples of ten mấy chục
tense căng thẳng
terrible khủng khiếp
test bài thi
test, to thử
testicles tinh hoàn
Thai tiếng Thái
Thailand Thái Lan
than hơn
thank, to cảm ơn
thank you cảm ơn
that (introducing a quotation) rằng
that, those đấy, đó
that which, the one who mà
theater (drama) kịch
their, theirs của họ
then sau đó
there đấy
there is, there are có
therefore cho nên
they, them họ
thick (of liquids) đặc
thick (of things) dầy
thief kẻ trộm
thigh đùi
thin (of liquids) loãng
thin (of persons) gầy
thing vật
think, to have an opinion nghĩ
think, to ponder nghĩ
third thứ ba
thirsty khát
thirteen mười ba
thirty ba mươi
this, these này
though mặc dù
thoughts ý nghĩ
thousand nghìn
thread sợi
threaten, to de dọa
three ba
throat họng

T

ENGLISH—VIETNAMESE

through, past qua
throw, to ném
throw away, throw out vứt
thunder sấm
Thursday thứ năm
thus, so cho nên
ticket vé
tidy gọn
tidy up dọn dẹp sạch
tie, necktie ca vát
tie, to thắt
tiger hổ, cọp
tight chật
time (duration) thời gian
time (shown on clocks) giờ
time: from time to time thỉnh thoảng
times (multiplying) lần
timetable thời khóa biểu
tiny nhỏ xíu
tip (end) đầu, cuối
tip (gratuity) tiền hoa hồng
tired (sleepy) buồn ngủ
tired (worn out) mệt mỏi
title (of book, film) tựa đề
title (of person) chức vị
to, toward tới
today hôm nay
toe ngón chân
tofu đậu phụ
together cùng nhau
toilet nhà vệ sinh
tomato cà chua
tomorrow ngày mai
tongue lưỡi
tonight tối nay
too (also) cũng
too (excessive) quá
too much nhiều quá
tool, utensil, instrument dụng cụ
tooth răng
toothbrush bàn chải đánh răng
toothpaste kem đánh răng
top đỉnh, đầu
topic chủ đề
torch, flashlight đèn pin
total tổng số
touch, to sờ
tourist khách du lịch

toward hướng
towel khăn tắm
tower tháp
town thị trấn
toy đồ chơi
trade, business kinh doanh
trade, to exchange mua bán
traditional truyền thống
traffic giao thông
train tầu hỏa, xe lửa
train station ga
training thực tập
translate, to thuật
travel, to du lịch
traveler khách du lịch
tray mâm, khay
treat (something special) quà
treat, to (behave towards) đối xử
treat, to (medically) điều trị
tree cây
triangle tam giác
tribe bộ tộc
trip, journey chuyến đi
troops lính
trouble phiền toái, rắc rối
troublesome phiền phức
trousers quần
truck xe tải
true thật
truly thật sự
trust, to tin cậy
try, to thử
try on (clothes) mặc thử
Tuesday thứ ba
turn, make a turn rẽ
turn around, to quay lại
turn off, to tắt
turn on, to bật
turtle (land) rùa
turtle (sea) rùa biển
TV tivi
twelve mười hai
twenty hai mươi
two hai
type, sort loại
type, to đánh máy
typhoon bão
typical thông thường

U

ugly xấu
umbrella ô, dù
uncle bác, chú, cậu
uncooked sống
under dưới
undergo, to trải qua
underpants quần đùi
undershirt áo sơ mi
understand, to hiểu
underwear quần đùi
undressed, to get cởi quần áo
unemployed thất nghiệp
unfortunately đáng tiếc
unhappy bất hạnh
United Kingdom vương quốc Anh
United States Hoa Kỳ
university trường đại học
unless trừ khi
unlucky không may
unnecessary không cần thiết
unripe chưa chín
until cho đến
up, upward lên
upset, unhappy buồn phiền
upside down đảo ngược
upstairs lên gác
urban đô thị
urge, to push for ủng hộ
urgent gấp
urinate, to đi tiểu
use, to dùng
used to, accustomed quen
used to do something lúc trước thường
useful có ích
useless vô ích
usual thông thường
usually thường
uterus dạ con

V

vacation nghỉ phép
vaccination tiêm chủng
vagina âm đạo
vague không chính xác
valid có hiệu lực

valley thung lũng
value (cost) giá trị
value, good giá trị
value, to quí trọng
vase bình
VCR máy vidêo
vegetable rau quả
vegetables rau quả
vehicle xe
very, extremely rất
vest, undershirt áo lót
via qua
video cassette băng vidêo
video recorder máy ghi vidêo
videotape, to quay video
Vietnam Việt Nam
Vietnamese (language) tiếng Việt
Vietnamese (person) người Việt
Vietnamese, overseas Việt kiều
view, panorama phong cảnh
view, look at trông, coi
village làng
vinegar giấm
visa thị thực
visit thăm
visit, to pay a đi thăm
voice tiếng nói
volcano núi lửa
vomit, to nôn, ói
vote, to bầu cử

W

wages tiền lương
wait for, to chờ
waiter, waitress người phục vụ
wake up thức dậy
wake someone up đánh thức
Wales vùng Wales
walk, to đi bộ
wall tường
wallet ví
want, to muốn
war chiến tranh
war, to make gây chiến tranh
warm ấm

ENGLISH—VIETNAMESE

warmth hơi ấm
wash, to rửa
wash the dishes rửa bát
watch (wristwatch) đồng hồ deo tay
watch, to (look, see) xem, coi
watch, to (show, movie) xem
watch over, guard canh gác
water nước
water buffalo trâu
waterfall thác
watermelon dưa hấu
wave (in sea) sóng
wave, to vẫy
wax parafin sáp ong
way, method phương pháp
way: by way of bằng cách
way in lối vào
way out lối ra
we, us (excludes the one addressed) chúng tôi
we, us (includes the one addressed) chúng ta
weak yếu
wealthy giàu
weapon vũ khí
wear, to mặc
weary mệt mỏi
weather thời tiết
weave, to dệt
weaving sự dệt
website trang Internet
wedding đám cưới
Wednesday thứ tư
week tuần
weekend cuối tuần
weekly hàng tuần
weep, to khóc
weigh, to cân
weight cân nặng
weight, to gain béo ra
weight, to lose gầy đi
welcome! xin mời, xin đón mừng
welcome, to mời, chào đón
well, good tốt
well (for water) giếng
well-behaved ngoan
well-cooked, well-done chín
well done! tốt lắm, giỏi lắm

well-mannered lễ phép
well off, wealthy khá giả
Welsh người Wales
west tây
westerner người phương tây
wet ướt
what? cái gì? như thế nào?
what for? để làm gì?
what kind of? loại nào?
what time? mấy giờ?
wheel bánh
when? bao giờ?
when, at the time khi
whenever khi nào
where? ở đâu
where to? đi đâu
which? nào
while, during trong khi
white trắng
who? ai?
whole, all of cả
whole, to be complete hoàn toàn
why? vì sao?
wicked ác
wide rộng
width chiều rộng
widow góa phụ
widowed góa
widower góa vợ
wife vợ
wild (fierce) hung dữ
wild (untamed) hoang dã
will, shall sẽ
win, to thắng
wind, breeze gió
window (in house) cửa sổ
window (for paying, buying tickets) quầy
wine rượu nho
wing cánh
winner người thắng
winter mùa đông
wipe, to lau
wire dây
wise thông minh
wish, to hy vọng
with với
within reason hợp lý

ENGLISH—VIETNAMESE

without không có
witness nhân chứng
witness, to chứng kiến
woman phụ nữ
wonderful tuyệt vời
wood gỗ
wooden gỗ
wool len
word từ, chữ
work, occupation công việc
work, to (function) chạy
work, to (labor) làm việc
world thế giới
worn out (clothes, machine) hỏng
worn out (tired) mệt
worry, to lo
worse xấu hơn
worship, to thờ cúng, sùng bái
worst xấu nhất
worth, to be giá
wound vết thương
wrap, to gói
wrist cổ tay
write, to viết
writer nhà văn
wrong (false) sai
wrong (mistaken) nhầm
wrong (morally) xấu

Y

yawn ngáp
year năm
years old tuổi
yell, to quát
yellow vàng
yes vâng
yesterday hôm qua
yet: not yet chưa
you (female) chị, cô, bà
you (male) anh, ông
you're welcome! không dám, không có gì
young trẻ
younger brother em trai
younger sister em gái
your (female) của chị; của bà
your (female) của anh; của ông
youth (state of being young) trẻ
youth (young person) thanh niên

Z

zero không
zoo công viên bách thú
zucchini, courgettes bí ngọt